കാവുകൾ
പൂക്കുന്നത്

Bodhi Books
Nedumpana PO, Kannanalloor
Kollam - 691576, Kerala, India
E-mail: bodhibooks03@gmail.com
Tel: +91 9447304886

KANAVUKAL POOKKUNNATHU
By Aliya Hameed
Stories / Malayalam

First Published: July 2024
Second Edition: September 2024

Typesetting: Bodhi Books
Cover & Book Design:
Chembarathi Creatives

Title design and Innovative Support:
Lekshman Madhav
Illustration: Kannan Image

ISBN: 978-81-19770-59-5

Price **Rs. 150**
Production No. BB-186-1-100-07-24

Printed and bound in India by
Repro Mumbai

കനവുകൾ പൂക്കുന്നത്

Probes engraved deeply inside

കഥകൾ

ആലിയ ഹമീദ്

ബോധി ബുക്സ്
കൊല്ലം - 691 576

സമർപ്പണം

എന്റെ എഴുത്തുകൾ പുസ്തകമായി കാണാനുള്ള
ഉമ്മായുടെ ആഗ്രഹം എന്റേതു കൂടി ആയപ്പോൾ,
അതു സഫലമാക്കിയ വാപ്പായ്ക്കും
പ്രചോദനം തന്ന ആശടീച്ചർക്കും
വിമർശനങ്ങളും അഭിപ്രായങ്ങളും കൊണ്ട്
എഴുത്തിനെ പ്രോത്സാഹിപ്പിച്ച
കൂടെപ്പിറപ്പിനും സഹോദരങ്ങൾക്കും കൂട്ടുകാർക്കും
ഈ കഥയിലെ കഥാപാത്രങ്ങളായി വേഷപ്പകർച്ച
നടത്തിയവർക്കും മാന്യ വായനക്കാർക്കും
ഈ പുസ്തകം സമർപ്പിക്കുന്നു.

ആലിയ ഹമീദ്

കൊല്ലം ജില്ലയിൽ കരുനാഗപ്പള്ളി, ചങ്ങൻകുളങ്ങര വലിയ തോക്കത്തു വീട്ടിൽ ഹമീദ് - ഷൈല ദമ്പതികളുടെ മകൾ. ചങ്ങൻകുളങ്ങര വിവേകാനന്ദ എച്ച് എസ്സ് എസ്സ്, കുലശേഖരപുരം ഗവ. എച്ച് എസ്സ് എസ്സ്, കൊല്ലം ടി കെ എം ഇൻസ്റ്റിട്യൂട്ട് ഓഫ് ടെക്നോളജി (ബയോ മെഡിക്കൽ എൻജിനിയർ) എന്നിവിടങ്ങളിൽ വിദ്യാഭ്യാസം. ആദ്യ കഥാസമാഹാരം.

പ്രസാധകക്കുറിപ്പ്

നാട്ടുമ്പുറത്തെ ജീവിതങ്ങളിൽനിന്നും പ്രത്യേകതകൾ നിറഞ്ഞ ചില വ്യക്തികളെയും സന്ദർഭങ്ങളെയും കഥയുടെ വർണ്ണക്കൂട്ടിൽ ചാലിച്ച് അവതരിപ്പിക്കുകയാണ് ആലിയ എന്ന എഴുത്തുകാരി. ആഖ്യാനത്തിൽ ദുരൂഹതകളേതുമില്ലാതെ, ഋജുവായും സത്യാത്മകമായും പ്രതിപാദ്യത്തെ ആവിഷ്കരിക്കാനാണ് എഴുത്തുകാരി ശ്രമിക്കുന്നത്. വിജയിച്ചോ എന്നു തീരുമാനിക്കേണ്ടത് അനുഭവസമ്പന്നരായ വായനക്കാരാണ്. ഒന്നു തീർച്ചയാണ്, സാഹിത്യലോകത്ത് ആലിയയുടെ പേര് അഭിമാനത്തോടെ അടയാളപ്പെടുത്തുന്ന കാലം വിദൂരമല്ല. അതിനുള്ള കരുക്കളും ഭാഷയും ശേഷിയും തനിക്കുണ്ടെന്ന വിനയംകലർന്ന വിളംബരംകൂടിയാണ് ഈ പുസ്തകം. ഏറെ അഭിമാനത്തോടെയാണ് ഈ എഴുത്തുകാരിയെ ബോധി ബുക്സ് കൈരളിക്കു പരിചയപ്പെടുത്തുന്നത്. ഏവരും സ്വീകരിച്ചനുഗ്രഹിക്കണമെന്ന പ്രാർത്ഥനയോടെ,

എഡിറ്റർ,
ബോധി ബുക്സ്

അവതാരിക

ലക്ഷ്മൺ മാധവ്

ആർദ്രതയുടെ നീതിശാസ്ത്രം

ജീവിതത്തിലുണ്ടാകുന്ന സംഭവത്തിന്റെയോ, സ്വഭാവത്തിന്റെയോ ഗദ്യത്തിലുള്ള ആവിഷ്കാരമാണ് ചെറുകഥ. സന്ദർഭം ഭാവനാത്മകമായി ചിത്രീകരിക്കുകയാണ് ചെറുകഥയിലൂടെ നിർവ്വഹിക്കപ്പെടുന്നത്. സാന്ദർഭികമായി പറയുന്ന കല്പിത കഥ കൂടിയാണ് ചെറുകഥ. സംഗ്രഹിച്ചു പറയുന്ന രീതിയാണ് ചെറുകഥയുടേത്.

യുക്തിബോധത്തിൽ അധിഷ്ഠിതമായ ഇതിവൃത്തവും മനുഷ്യ പ്രകൃതവും യാഥാർത്ഥ്യങ്ങളും ഉൾക്കൊള്ളുന്നതാണ് ചെറുകഥ. ഭാവനാസമ്പന്നമായ സാഹചര്യങ്ങളും ഒരു പ്രത്യേക സംഭവത്തെയോ കഥാപാത്രത്തെയോ അധികരിച്ചുള്ള ജീവിത ചിത്രീകരണവുമാണ് ചെറുകഥ ചെയ്യുന്നത്. ജീവിതത്തിന്റെ ആന്തരികമായ സത്യത്തിലേക്ക് കടന്നുചെല്ലാനുള്ള പ്രത്യേകതകൾ ചെറുകഥ ഉൾക്കൊള്ളുന്നു. വൈകാരികമായ ഒരു സാഹചര്യത്തെ ഏകാഗ്രതയോടെയാണ് ചെറുകഥയിൽ ആഖ്യാനം ചെയ്യുന്നത്. പശ്ചാത്തല വിവരണങ്ങളിലൂടെ കേന്ദ്ര കഥാപാത്രത്തിലേക്ക് എത്തിപ്പെടുന്ന നൈസർഗിക കാഴ്ചപ്പാടുകൾ ചെറുകഥയിൽ പ്രതിഫലിക്കുന്നു. ഇതിവൃത്തത്തെയും കേന്ദ്ര കഥാപാത്രത്തെയും സംഭവങ്ങളെയുമൊക്കെ പരിപോഷിപ്പിക്കുകയാണ് ഇതര കഥാപാത്രങ്ങളുടെ ധർമ്മം.

ആധുനിക തലമുറയിലെ കഥാകൃത്തുക്കൾ കാലത്തിന്റെ സ്വാഭാവികതയിൽ ഉറച്ചു നിന്നുകൊണ്ട് ലളിതമായ ആഖ്യാനത്തിനു തയ്യാറാകുന്നു. വർത്തമാനകാലത്തിന്റെ അപ്രിയ യാഥാർത്ഥ്യങ്ങളോട് സന്ധിയില്ലാതെ പ്രതികരിക്കുന്നു. പുതിയ കാലത്തിന്റെ കഥകൾ പ്രതിരോധത്തിന്റെ ശക്തിയാർജ്ജിക്കുന്നു. അനുവാചകന്റെ ഹൃദയത്തെ കൊളുത്തി വലിക്കുന്ന നിലയിലേക്ക് ഭാഷ ലളിതമായി രൂപാന്തരം ചെയ്യപ്പെടുന്നു.

ചുറ്റുപാടുകളിലെ എല്ലാ ചലനങ്ങളെയും സ്പന്ദനങ്ങളെയും സൂക്ഷ്മമായ നിരീക്ഷണത്തിലൂടെ സാംശീകരിച്ച പതിനെട്ടു ചെറുകഥകളുടെ സമാഹാരമാണ് ഈ പുസ്തകത്തിന്റെ താളുകളെ ധന്യമാക്കുന്നത്. സത്യാന്വേഷണത്തിന്റെ വഴിയോരങ്ങളിൽ, നിസ്സാരമായ തുരുമ്പുകളിൽ പോലും യാഥാർത്ഥ്യങ്ങളും ഗൗരവങ്ങളും കണ്ടെത്തുന്ന അപൂർവ്വത ഈ കഥകളിലെല്ലാം നിറയുന്നു. പലപ്പോഴും ഫാന്റസി പോലെ തോന്നിപ്പിക്കുന്ന സന്ദർഭങ്ങളെല്ലാം ചെന്നെത്തുന്നത് നിത്യസത്യത്തിലേക്കാണ്.

പതിവിൽ നിന്ന് വ്യത്യസ്തമായി ഭാവനയുടെ പുതിയ ലോകസഞ്ചാരത്തിലേക്ക് നയിക്കുകയാണ് ഈ കഥകൾ. ചിലപ്പോഴൊക്കെ യുക്തിബോധത്തിന്റെ അതിരുകൾ കടന്ന്, തീവ്രമായ വികാരങ്ങളെ വിട്ടുവീഴ്ചയില്ലാത്ത പദവിന്യാസങ്ങളിലൂടെ പ്രസരണം ചെയ്യുന്നു. ആഖ്യാനവും വ്യാഖ്യാനവും മനസ്സുകളിലേക്ക് ആഴ്ന്നിറങ്ങുമ്പോഴും നൈതികമായ എന്തോ ഒന്നിനെ തിരയാൻ ഈ കഥകൾ അനുവാചകനെ പ്രേരിപ്പിക്കുന്നു.

അപാരമായ ബിംബങ്ങളെ കൂട്ടുപിടിക്കാതെ, സ്വാഭാവികതയുടെ വെളുത്ത പ്രതലത്തിൽ വിഹ്വലതകളെ വരച്ചിട്ട്, പരിഹാരത്തിന്റെ നനുത്ത ഭൂമികയിലേക്ക് ആവാഹിച്ചു കൊണ്ട് ആലിയ എന്ന പുതിയകാലത്തിന്റെ കഥാകൃത്ത് രൂപപ്പെടുകയാണ്.

സാമ്പ്രദായികമായ രചനാ കല്പനകൾക്കപ്പുറം കടന്നുചെന്ന് സാധാരണ മനുഷ്യരുടെ അനുഭവങ്ങളാണ് ഈ കഥകളിലെ കഥാപാത്രങ്ങൾ പങ്കുവെയ്ക്കുന്നത്. നിഷ്കളങ്കമായ ജീവിതത്തിലെ ദുർവിധികളെ ധാർമ്മികതയും നീതി സങ്കല്പങ്ങളും കൊണ്ടു നേരിടാൻ കഥകൾ പ്രേരിപ്പിക്കുന്നു. മനുഷ്യ ബന്ധങ്ങളും ജീവിത പരിണാമങ്ങളും സങ്കീർണ്ണമാക്കുന്ന അനുഭവങ്ങളെ ആലിയയുടെ ഭാവനകൾ ഭ്രമണം ചെയ്യുന്നു. ഗ്രാമീണ ജീവിതത്തിന്റെ സ്നേഹോഷ്മളമായ മാതൃക കഥയിലൂടെ തിരയുകയാണ്. ജീവിതയാത്രയുടെ ഹൃദയതാളങ്ങൾ ഓരോ കഥയിലും കേൾക്കുന്നുണ്ട്.

ആർദ്രതയുടെ സാന്നിദ്ധ്യം നിറഞ്ഞു തുളുമ്പുന്ന പൊതുസമൂഹത്തെയാണ് കഥാകൃത്ത് വിഭാവനം ചെയ്യുന്നത്. കാലം മാറ്റത്തിനു വിധേയമാണെന്ന ശരിയെ അംഗീകരിച്ചു കൊണ്ടു തന്നെ, നഷ്ടപ്പെട്ടു പോകുന്ന മൂല്യങ്ങളെ വീണ്ടെടുക്കാനുള്ള ആഗ്രഹ പ്രകടനങ്ങളുടെ ശബ്ദമായി ഈ കഥകൾ മാറുന്നു.

ആമുഖം

മുഖം മനസ്സിന്റെ കണ്ണാടിയാണെന്ന പഴയ വാക്കുകളിൽ നിന്നു തന്നെ തുടങ്ങാം. ഈ പുസ്തകത്തിൽ നിങ്ങളുടെ മുഖം കാണുമെങ്കിൽ ഓരോരുത്തർക്കുമുണ്ടാകുന്ന കാഴ്ചപ്പാടുകളാണ് ഈ പുസ്തകമെന്ന കണ്ണാടിയിലൂടെ പ്രതിഫലിപ്പിക്കാൻ ഞാൻ ശ്രമിക്കുന്നത്. ഇതിലെ ഓരോ കഥയും വായനക്കാരുടെ വേറിട്ട ചിന്തകൾക്കും കാഴ്ചപ്പാടുകൾക്കും വേണ്ടിയുള്ളതാണ്.

കുട്ടിക്കാലം മുതൽക്കേ കേട്ടു വരുന്ന കഥകളും വളർന്നു വരുന്ന സാഹചര്യങ്ങളുമൊക്കെ നമ്മെ സ്വാധീനിക്കാറില്ലേ? അത്തരത്തിൽ ഞാൻ കണ്ടതും കേട്ടതും അനുഭവിച്ചറിഞ്ഞതുമായ സംഭവങ്ങളും നിമിഷങ്ങളുമാണ് കഥയായി മാറിയത്.

വ്യക്തി ബന്ധങ്ങൾക്കപ്പുറം സ്വന്തം ആത്മാവിനോടു നീതി പുലർത്താനാണ് എന്റെ എഴുത്ത് ലക്ഷ്യമാക്കുന്നത്. ഓരോ കഥയും അവസാനിപ്പിക്കുന്നത് ഞാൻ അറിഞ്ഞോ അറിയാതെയോ ചില ചോദ്യങ്ങൾ അവശേഷിപ്പിച്ചു കൊണ്ടാണ്. കഥാപാത്രങ്ങളിലൂടെയും ഓർമ്മകളിലൂടെയും വ്യത്യസ്ത സന്ദർഭങ്ങളിലൂടെയും ധാരണകളെ സ്ഫുടം ചെയ്ത് പുതിയൊരു ജീവിത വഴി തുറക്കാൻ ആശിക്കുകയാണ്. എന്റെ ചിന്താ വഴികൾ എവിടെയെങ്കിലും പ്രസക്തമാകുന്നുണ്ടെങ്കിൽ എന്റെ എഴുത്തിന്റെ ധർമ്മം നിറവേറുന്നുവെന്ന് വിചാരിച്ചു കൊള്ളാം.

സ്നേഹപൂർവ്വം

ആലിയ

ഉള്ളടക്കം

1. അടുക്കളക്കല്യാണം

"സിയാമ്മോ... നമ്മൾ അതങ്ങു തീരുമാനിച്ചു. തട്ടു പറമ്പിലെ കൊച്ചിന്റെ കാര്യമേ... ഇനി നമ്മടെ ഫിലിപ്പ്മോൻ നാട്ടിൽ വന്നിട്ട് കെട്ടങ്ങു നടത്താം. എന്തേ? നീയെന്താ ഒന്നും മിണ്ടാത്തേ?"

"അല്ല... ഇതിയാനെന്തിനാ എന്നോടഭിപ്രായം ചോദിക്കുന്നേ? ഞാൻ വേണ്ടാന്നു പറഞ്ഞാ നിങ്ങളിത് നടത്താതിരിക്കുവോ?"

"പിന്നേ... അവളുടെ ഒരു പൂതി! അതിനിപ്പം ഇവിടാരാ നിന്റെ അഭിപ്രായം ചോദിച്ചേ? ഞാനങ്ങു പറഞ്ഞെന്നേയുള്ളു. തച്ചോളിലെ പെണ്ണുങ്ങൾക്ക് അഭിപ്രായമില്ല. അത് പണ്ടുതൊട്ടേയുള്ള നടപ്പാണ്. അല്ല സിയാമ്മേ നിന്നെ പോലൊന്നുമല്ല പെണ്ണ്. നല്ല വെള്ളച്ചിയാ. നീ അവളുടെ അടുത്തെങ്ങും പോയി നിൽക്കല്ലേ... കരിങ്കറ പിടിക്കും. ഹ ഹ ഹ."

എന്താന്നറിയില്ല, സിയാമ്മയ്ക്ക് ഈയിടെയായി തറവാട്ടിലെ കുത്തുവാക്കുകളൊന്നും തന്നെ ഏൽക്കാറില്ല. കേട്ടുകേട്ടു കാതിനു ശീലമായി. കരഞ്ഞു കരഞ്ഞ് കണ്ണീരും വറ്റിപ്പോയി. സിയാമ്മ കണ്ണ് മുറുക്കിയടച്ച് ഉറക്കം നടിച്ചു കിടന്നു. തന്റെ മരുമകളെ കാണാനുള്ള പൂതി കാരണം സിയാമ്മയ്ക്ക് ആ രാത്രി ഉറങ്ങാനേ കഴിഞ്ഞില്ല. പതിവു പോലെ സിയാമ്മ പ്രാതലിന്റെ തിരക്കിൽ അടുക്കളയിലെ പാത്രങ്ങളോടു കലഹിച്ചു കൊണ്ടിരിക്കുകയായിരുന്നു. അപ്പോളാണ് തന്റെ അടുക്കള സുഹൃത്ത് - അല്ല, ആകെയുള്ള മിത്രമാണെന്നു പറയാം, ദേവകിയമ്മ തിരക്കിട്ടോടി വന്ന് പുലമ്പാൻ തുടങ്ങി.

"അല്പം വൈകിപ്പോയി സിയാമ്മേ. വീട്ടിൽ മോളും കൊച്ചുമക്കളുമൊക്കെ വന്നിരുന്നേ... വിഷൂന്റെ ആഘോഷത്തിലായിപ്പോയി. ഇന്നിനി എനിക്കിത്തിരി നേരത്തേ പോവുകേം വേണം. തട്ടുപറമ്പിലെ കൊച്ചാ എന്നെ ഇങ്ങോട്ടു വിട്ടത്. അതിനാ

ണേൽ അങ്ങു നൂറു ചോദ്യവുമായിരുന്നു - ഇവിടത്തെ ആളുകളെയും വീടിനെയും ഒക്കെ പറ്റി. ഞാനൊന്നും പറഞ്ഞില്ല. അതു മോശമല്ലേ?"

തട്ടുപറമ്പിലെ കൊച്ചെന്നു കേട്ടതും സിയാമ്മേടെ ഉള്ളൊന്നു തുടിച്ചു.

"അല്ല... ദേവകി, ഓളെ കാണാൻ എങ്ങനെയാ? വെള്ളച്ചിയാ? തടിച്ചതാണോ? മെലിഞ്ഞതാണോ? ഓൾക്ക് എങ്ങനെയാ നല്ല ഉയരമുണ്ടോ?"

സിയാമ്മ അങ്ങനെ സംശയത്തിന്റെ ശരങ്ങൾ ദേവകിക്കു നേരെ എയ്തു തുടങ്ങി.

"ഹാ... കണ്ടാൽ നമ്മുടെ പാച്ചുവച്ചന്റെ മോളെ പോലിരിക്കും. ആളു നല്ല സുന്ദരിയാ. കാറൊക്കെ ഓടിക്കും. ഞാൻ അവളുടെ അടുത്തു നിന്നാ കരിവിളക്കിൽ വെള്ള തിരിയിട്ട പോലിരിക്കും."

ദേവകി ഇത്രയും പറഞ്ഞപ്പോഴേക്കും അവർ ഒരുമിച്ച് ആർത്തുചിരിക്കാൻ തുടങ്ങി.

പെട്ടെന്നാണ് ഉമ്മറത്തു നിന്ന് വലിയ ഒരു കൊട്ടു കേട്ടത്. "പെണ്ണുങ്ങളുടെ ചിരി പുറത്തു കേൾക്കാൻ പാടില്ല എന്നറിഞ്ഞു കൂടേ?" എന്ന ഗർജ്ജനത്തോടെ ഫിലിപ്പിന്റെ അച്ചാച്ചൻ ഒരു ഗ്ലാസ്സ് എറിഞ്ഞു പൊട്ടിച്ചു. ഇതു കേട്ടതും ദേവകി വേഗം ചൂലെടുത്ത് പുറംപണിക്കായി ഇറങ്ങി. അപ്പോഴേക്കും കാരണവന്മാരുടെ ഒരു വട്ടമേശ തച്ചോളിൽ കൂടിക്കഴിഞ്ഞിരുന്നു. പെണ്ണ് വെള്ളച്ചിയാ. സിയാമ്മയെ പോലല്ല. പത്താളുകൂടുന്നിടത്ത് കാണിക്കാൻ കൊള്ളാം എന്നു തുടങ്ങുന്ന സംസാരങ്ങളും ഉയർന്നുപൊങ്ങി.

തന്റെ മരുമകൾ സുന്ദരിയാണെന്നറിഞ്ഞപ്പോൾ മുതൽ സിയാമ്മയ്ക്ക് വല്ലാത്ത അഭിമാനവും സന്തോഷവും തോന്നി. ആ സന്തോഷത്തിലായതു കൊണ്ടാവണം തനിക്കു നേരെ വരുന്ന ഒരു കുത്തുവാക്കുപോലും സിയാമ്മയ്ക്ക് അറിയാൻ കഴിഞ്ഞില്ല. താൻ അനുഭവിക്കുന്നതൊന്നും ഇനി തന്റെ മരുമകൾ അനുഭവിക്കേണ്ടി വരില്ലല്ലോ എന്നോർത്ത് സിയാമ്മ ഓരോ പാത്രവും മോറാൻ തുടങ്ങി. അപ്പോളാണ് ഫിലിപ്പിന്റെ അച്ചാച്ചൻ പെട്ടിയിൽ നിന്ന് തന്റെ വീട്ടിലെ പുതുപ്പെണ്ണിന്റെ പോട്ടം എല്ലാവരെയും കാണിക്കാനായി പുറത്തെടുത്തത്.

"ഹ...ഹ... പതിയെപ്പതിയെ നോക്കെല്ലാരും. കീറല്ലേ...

പെണ്ണ് വെള്ളച്ചിയാ. ഫിലിപ്പിന്റെ വകേലെ കാർന്നോമാരു വരെ പോട്ടം കണ്ടു പറഞ്ഞു, വെള്ളച്ചിയാ... സിയാമ്മയെ പോലെയല്ല." കണ്ടു കഴിഞ്ഞെങ്കി പോട്ടം ഇങ്ങു തരീന് എന്ന് അച്ചാച്ചൻ കർക്കശത്തോടെ പറഞ്ഞപ്പോഴേക്കും സിയാമ്മ വെള്ളം കൊടുക്കാനെന്ന വ്യാജേന തൂണിൽ മറഞ്ഞു നിന്ന് തന്റെ മരുമകളുടെ ഫോട്ടോ കാണായി എത്തി നോക്കി. പെട്ടെന്നാണ് സിയാമ്മയുടെ നട്ടപ്പുറത്ത് ഒരു പത്തൽ വന്നു വീണത്.

"നീ ഈ കതകിന് അപ്പുറത്തേക്ക് കടക്കാൻ പാടില്ലെന്ന് അറിഞ്ഞു കൂടേ? കേറിപ്പോ അകത്ത്. ദൃഷ്ടിദോഷം വരുത്താൻ." തന്റെ ഭർത്താവിന്റെ തിരുവായിൽ നിന്നിത്രയും കേട്ടപ്പോഴേ സിയാമ്മയുടെ കണ്ണുകൾ തുളുമ്പാൻ തുടങ്ങി. ഇതു കണ്ടുനിന്ന കാർണ്ണവന്മാരെല്ലാവരും കൂടി ആർത്തുചിരിച്ചു. തലകുനിച്ചു കൊണ്ട് സിയാമ്മ പറഞ്ഞു,

"ഞാനാ ഫോട്ടോ കാണാൻ വേണ്ടി വന്നതാ."

ഇതു കേട്ടതും ഫിലിപ്പിന്റെ അപ്പൻ സിയാമ്മയുടെ തല പിടിച്ച് ഉള്ളിലേക്ക് എറിഞ്ഞു കൊണ്ടു പറഞ്ഞു,

"കാണേണ്ടവരൊക്കെ കണ്ടു കഴിഞ്ഞു. ഇനി നീ കണ്ണു വെയ്ക്കണ്ട . തൽക്കാലം നീ പോയി ചായ ഒഴിച്ചുവെയ്ക്ക്. ഞാൻ അവിടെ വന്നെടുത്തോളാം."

സിയാമ്മ മറിച്ച് ഒരക്ഷരവും പറയാതെ അടുക്കളയിലേക്കു മടങ്ങി ഗ്ലാസ്സുകളിലേക്ക് ചായ പകരാൻ തുടങ്ങി. ഉപ്പു കലർന്ന ആ ചായയിൽ സിയാമ്മ കുറച്ചു കൂടി പഞ്ചസാര കലർത്തി. ഭംഗിയായി ഗ്ലാസ്സുകൾ നിരത്തി മേശപ്പുറത്തു വെച്ച് സിയാമ്മ "ഇതിയാനേ" എന്നു വിളിച്ചിട്ട് പിന്നാമ്പുറത്തേക്കു നടന്നു.

ഇക്കാലമത്രയും മറുത്തൊരു വാക്കുപോലും സിയാമ്മ പറഞ്ഞിട്ടില്ല. എല്ലാം ഉള്ളിലൊതുക്കി ഹൃദയഭാരം എന്നത്തെയും പോലെ കൂട്ടി വെച്ചു. പിന്നെ പിന്നാമ്പുറത്തെ തൂണിൽ ചാരി നീലാംബരിയിലകൾ അടർത്താൻ തുടങ്ങി.

"സിയാമ്മോ... മരുമകൾ വെള്ളച്ചിയാണല്ലോ... ഓൾ ഈ കുടുംബത്തിലെ ദാവീദിന്റെ മകളേക്കാൾ സുന്ദരിയാ. സിയാമ്മോ... ഇനി മാറി നിക്കേണ്ടിവരും. മുല്ലപ്പൂമ്പൊടിയേറ്റു കിടക്കും കല്ലിനുമുണ്ടാം സൗരഭ്യം എന്നല്ലേ? ഹ...ഹ..." ഇങ്ങനെ തമാശരൂപേണ ധനപാലൻ മൂപ്പര് നാലു തേങ്ങ സിയാമ്മയ്ക്കു കൊടുത്തു കൊണ്ടു പറഞ്ഞു.

"വെള്ളച്ചിയെ ഇനി അടുക്കളയിൽ കയറ്റല്ലേ. പുകയേറ്റ്

കരിഞ്ഞു പോയോലോ."

പുറംപണിക്കാരൻ ഔധയും കുട്ടിമാളുവുമൊക്കെ ഇത്രയും പറഞ്ഞു കൊണ്ട് ആർത്തുചിരിക്കാൻ തുടങ്ങി.

"ഹും! നിങ്ങൾ കളിയാക്കണ്ട. ഞാൻ അവളെ അടുക്കളയിലെങ്ങും കയറ്റൂല. ഓള് വെള്ളച്ചിയല്ലേ? എന്റെ മരുമകളല്ലേ?" ഇവരുടെ തമാശകൾക്ക് ചെറു മറുപടി കൊടുത്ത് സിയാമ്മ ഒരു നേർത്ത പുഞ്ചിരിയോടെ അടുക്കളയിലേക്കു കയറിപ്പോയി.

ദിനംദിനം പുറംപണിക്കാരുടെയും ചായഗ്ലാസ്സുകളുടെയും എണ്ണം കൂടിക്കൂടി വന്നു. കളർ ബൾബുകൾ വീട്ടുമുറ്റത്ത് മിന്നുന്നത് ദേവകി പറഞ്ഞപ്പോളാണ് സിയാമ്മ അറിഞ്ഞത്. കളർ ബൾബ് കാണാനുള്ള പൂതികൊണ്ട് ഫിലിപ്പിന്റെ അപ്പാപ്പനും അച്ചാച്ചനും ഉറങ്ങുന്ന സമയത്ത് സിയാമ്മ തന്റെ വാതിൽ തുറന്ന് പതുങ്ങി മുറ്റത്തിറങ്ങി.

എന്തൊരു ഭംഗി! ഈ ലോകത്ത് ഞാനൊഴികെ...

സിയാമ്മ ഇങ്ങനെ കുറച്ചുനേരം ചിന്തിച്ചു നിന്നു. ഫിലിപ്പിന്റെ അച്ചാച്ചന്റെ ചാരുകസേരയിൽ കാലിൻമേൽ കാലുവെച്ച് നിവർന്നിരുന്ന് ആജ്ഞാപിക്കുന്ന പോലെ അഭിനയിച്ചു കൊണ്ടിരുന്നു. ലോകത്തിലെ എല്ലാ മനുഷ്യരും ആഗ്രഹിക്കുന്നത് ഇതുപോലെ ഇങ്ങനെ ഇരുന്ന് വേണ്ട കാര്യങ്ങൾ അടുത്തു കിട്ടണമെന്നല്ലേ? എന്തിന്! സ്വന്തം വീട്ടിലെങ്കിലും സ്വതന്ത്രയായി ജീവിക്കാൻ കഴിഞ്ഞാൽ എന്തു ഭാഗ്യമാണ്! എനിക്കൊക്കെയാണെങ്കിലോ റാണിയുടെ തലക്കെട്ടും വാല്യക്കാരിയുടെ റോളും. സിയാമ്മ മെല്ലെ ചിന്തകളും അഭിനയവും മതിയാക്കി മുറിയിലേക്കു പോയി. വെള്ളച്ചി മരുമകളാണ് തന്റെ ജീവിതത്തിലെ ഏറ്റവും വലിയ ഭാഗ്യമെന്നു കരുതി സിയാമ്മ അന്ന് കണ്ണടച്ചുറങ്ങി.

വീട്ടിലെ കാര്യങ്ങൾ സിയാമ്മ അറിഞ്ഞത് ഉമ്മറത്തെ അശരീരികളിൽ നിന്നാണ്. അങ്ങനെയാണ് തന്റെ മകൻ കല്യാണ ദിവസമേ വരുകയുള്ളൂ എന്നും അവധി കുറവാണെന്നും കല്യാണം അടുത്ത ശനിയാഴ്ച്ച ഉച്ചയ്ക്ക് വീട്ടിൽ വെച്ചാണെന്നും വിദേശത്തുള്ള ബന്ധുക്കൾ കല്യാണത്തിനുണ്ടാവില്ല എന്നുമൊക്കെ സിയാമ്മ മനസ്സിലാക്കുന്നത്. തന്നോടാരും ഒന്നും പറയാത്തതിൽ സിയാമ്മയ്ക്ക് പരിഭവമില്ല. അമ്മാമ്മ പറഞ്ഞതുപോലെ സിയാമ്മ ഒരു കാതു കേൾക്കാതെയും ഒരു കണ്ണ് കാണാതെയുമാണ് ഈ വീട്ടിൽ ജീവിച്ചത്.

ദിവസങ്ങൾ ഓടിയോടി പോയി. സിയാമ്മയ്ക്ക് അടുക്കളപ്പ

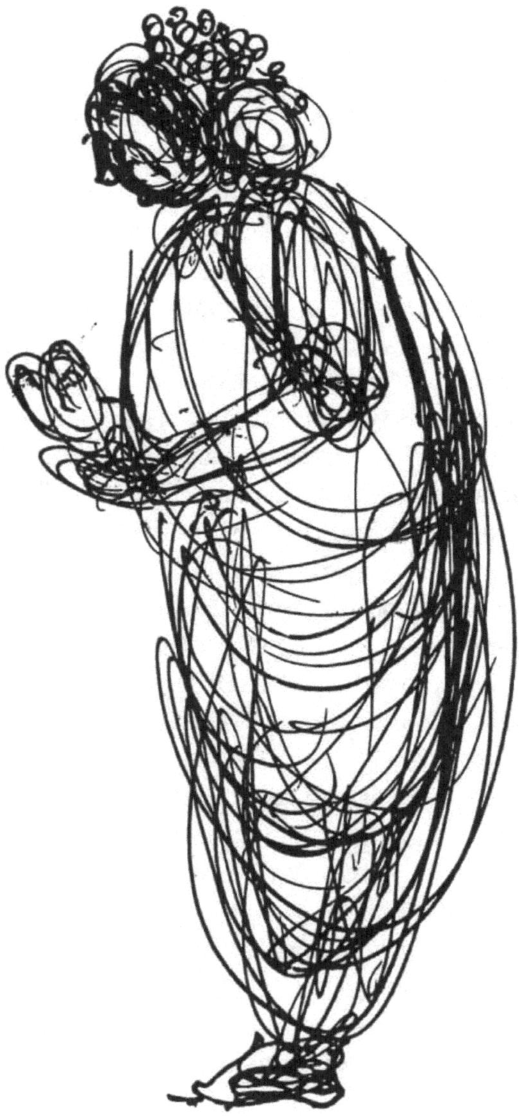

ണി കാരണം കല്യാണം വന്നെത്തിയത് അത്ഭുതമായിരുന്നില്ല. ഫിലിപ്പ് കല്യാണ ദിവസം വെളുപ്പിന് വീട്ടിലെത്തി. സിയാമ്മയെ ഒന്നു കണ്ട്, ക്ഷീണിതനായി കുറച്ചുനേരം മയങ്ങാൻ മുറിയിലേക്കു പോയി. മകന്റെ കുശലാന്വേഷണങ്ങൾ തിരക്കിയ ശേഷം സിയാമ്മ പറഞ്ഞു,

"എടാ... അവൾ വെള്ളച്ചിയാ. എന്നെപ്പോലല്ല."

ഫിലിപ്പിന് ചിരി വന്നു. പക്ഷേ, യാത്രാക്ഷീണം അയാളുടെ കണ്ണ് തുറക്കാൻ അനുവദിച്ചില്ല.

മുറ്റം നിറയെ ആളുകളും വാഹനങ്ങളും ഫോട്ടോഗ്രാഫർമാരും തിങ്ങി നിറഞ്ഞു. ഒരുങ്ങിയെത്തിയ ഫിലിപ്പ് മുറ്റത്തെ പന്തലിൽ നിന്നു. വധുവായ തട്ടുപറമ്പിലെ കൊച്ച്, മാലാഖയെ പോലെ പന്തലിലേക്കു കയറി നിന്നു. പന്തലിനു ചുറ്റും ഫിലിപ്പിന്റെ അപ്പനും പെങ്ങന്മാരും അച്ചാച്ചനും കാർണ്ണവന്മാരും പുറം പണിക്കാരായ ഔധയും കുട്ടിമാളുവും മറ്റും നിറഞ്ഞു നിന്നു. സിയാമ്മയ്ക്കു മാത്രം ഉമ്മറത്തേക്കുള്ള പ്രവേശന വിലക്ക് നിലനിന്നു. മകന്റെ കല്യാണം അടുക്കള വാതിലിലൂടെ എത്തിവലിഞ്ഞു കാണാൻ സിയാമ്മ ശ്രമിച്ചു. തിക്കിലും തിരക്കിലും സിയാമ്മയ്ക്ക് തന്റെ മരുമകളെ കാണാൻ കഴിഞ്ഞില്ല. തന്റെ ഈറൻ കണ്ണുകൾ ചട്ടയും മുണ്ടും നനച്ചു.

സ്വന്തം മകന്റെ കല്യാണം ജീവനുണ്ടായിട്ടും കാണാൻ കഴിയാത്ത ഏക മാതാവ്! "പയ്യന്റെ അമ്മയെവിടെ? ഒരു ഫാമിലി ഫോട്ടോ എടുക്കട്ടെ" എന്ന് ഫോട്ടോഗ്രാഫർ ചോദിച്ചു. സിയാമ്മ അതു കേട്ടതും തന്റെ കണ്ണുകൾ പെട്ടെന്നു തുടച്ച് സ്റ്റേജിലേക്കു പോകാനായി ഓടി. അപ്പോഴേക്കും "ഇല്ല, ഇവൾക്ക് ഫോട്ടോ എടുക്കുന്നത് ഇഷ്ടമല്ല" എന്ന് അച്ചാച്ചൻ പറഞ്ഞ് ഫോട്ടോഗ്രാഫറെ പിരിച്ചു വിട്ടു. സിയാമ്മ തന്റെ മകന്റെ താലി കെട്ട് ഇങ്ങനെയൊക്കെയാണെന്ന് അനുമാനിച്ച് ഒരു സെറ്റ് പാത്രം മോറാൻ തുടങ്ങി.

തിരക്കു കുറഞ്ഞു കഴിഞ്ഞപ്പോൾ വെള്ളച്ചി മരുമകൾ തന്റെ അമ്മായിയമ്മയെ തിരക്കിയിറങ്ങി. "അമ്മേ... അമ്മ എന്താ കല്യാണം കൂടാത്തേ? ഞാൻ എവിടെയെല്ലാം നോക്കിയിട്ടും കണ്ടില്ല." അവളിത്രയും പറഞ്ഞു നിർത്തുന്നതിനു മുമ്പേ സിയാമ്മ മറുപടി പറഞ്ഞു,

"എന്റെ മോള് സുന്ദരി തന്നെയാ. അമ്മയ്ക്ക് സന്തോഷമായി. ഓൻ താലി കെട്ടുന്നത് അമ്മ അടുക്കളയിൽ നിന്നു കണ്ടു.

ഫോട്ടോ വരുമ്പോൾ അമ്മയെ ഒന്നു കാണിക്കണേ."

ഇത്രയും പറഞ്ഞപ്പോൾ കണ്ണുകൾ നിറഞ്ഞൊഴുകി. ഇതു കേട്ട് മരുമകൾ അമ്മയെ കെട്ടിപ്പിടിച്ചു. സിയാമ്മ പറഞ്ഞു,

"മോളെന്നെ തൊടണ്ട. ദേഹത്ത് പുകയാണ്. കറുപ്പും അഴുക്കുമാണ്. അതുകൊണ്ടു തന്നെ അമ്മയ്ക്ക് ഉമ്മറത്തേക്ക് പ്രവേശനമില്ല. ഇതു കേട്ടതും മരുമകൾക്ക് സങ്കടവും ദേഷ്യവും വന്നു. അവൾ വേഗം അമ്മയുടെ കൈ പിടിച്ച് ഉമ്മറത്തേക്കു നടന്നു. ഇതു കണ്ട ഫിലിപ്പിന്റെ അച്ചാച്ചൻ പെണ്ണുങ്ങൾക്ക് ഉമ്മറത്ത് പ്രവേശനമില്ല, അതും കറുത്ത സ്ത്രീകൾക്ക് എന്ന് അലറിയതും മരുമകൾ അവിടെ കിടന്ന ഒരു കസേരയെടുത്ത് അതിലും ഉച്ചത്തിൽ ഉമ്മറത്തേക്കെറിഞ്ഞു.

2. നിറങ്ങൾ

"പച്ചില... പഴുത്തില... മാമ്പറ്റക്കാവിലെ തൊണ്ണൂറ്, നൂറ്?"

"കടുംനീല."

താനു ആവേശത്തോടെ പറഞ്ഞതും റുക്കിയയും ഖദീജയും ഇക്രുവും ബാലനും ചീറിപ്പാഞ്ഞതും ഒരുമിച്ചായിരുന്നു. ആരുടെ പിന്നാലെ ആദ്യം ഓടണമെന്ന് താനു അല്പം ശങ്കിച്ചെങ്കിലും കൂട്ടത്തിൽ കുഞ്ഞിക്കാലുകളുള്ള ഇക്രുവിന്റെ പിന്നാലെ പോയാൽ പിടുത്തം കിട്ടുമെന്ന് അവൾക്കറിയാം. കടുംനീല നിറമേതെന്നറിയാതെ കുഞ്ഞൻ ഇക്രു പച്ചയിലും മഞ്ഞയിലും ചുവപ്പിലുമൊക്കെ മാറി മാറി തൊട്ടു കാണിച്ചു കൊണ്ട് പായാൻ തുടങ്ങി. ഒടുവിൽ താനുവിന്റെ നീളൻ കൈകൾ ഇക്രുവിനെ വരിഞ്ഞു പിടിച്ചു.

പിടിച്ചപാടേ ഇക്രുവിന്റെ മോന്തായത്തിൽ നിന്ന് ഗർജ്ജിച്ചു വരുന്ന തുലാവർഷം പോലെ കണ്ണീരു വീഴാൻ തുടങ്ങി.

"താനു കളിച്ചത് കള്ളക്കളിയാ. കടുംനീല നിറമേയില്ല. ആകാശത്തിന്റെ നിറം നീലയാണെന്നാണല്ലോ ടീച്ചറമ്മ പഠിപ്പിച്ചത്. എന്നാൽ കടുംനീല എന്നെ നിറം പഠിപ്പിച്ചിട്ടില്ല. അതു മാത്രമല്ല, മുകളിലുള്ള ആകാശത്തെ പക്ഷികൾക്കും സൂര്യനും അമ്പിളി മാമനുമല്ലാതെ ആരെക്കൊണ്ട് തൊടാൻ കഴിയും!" ഇക്രു ഇങ്ങനെ പുലമ്പിക്കൊണ്ട് വിതുമ്പാൻ തുടങ്ങി. അങ്ങനെ, ഗർജ്ജിച്ചു വന്ന തുലാവർഷത്തിന്റെ ഒഴുക്കിനെ കെട്ടി നിർത്തിയത് രാധമ്മയുടെ തിണ്ണയാണ്.

ഇക്രുവിനെ കരയിപ്പിച്ചു കൊണ്ട് റുക്കിയയുടെയും കൂട്ടുകാരുടെയും കളികൾ ഒരിക്കൽ പോലും രാധയമ്മ അനുവദിച്ചു കൊടുക്കാറില്ല. തന്റെ പ്രിയപ്പെട്ട മകൻ ബാലനെക്കാളും കാര്യമാണ് രാധമ്മയ്ക്ക് ഇക്രുവിനോട്. ഇക്രുവിന്റെ കുഞ്ഞിക്കാലുകളും പുഴുപ്പല്ല് കാട്ടിയുള്ള ഇളിയും ശങ്ക നിറച്ചുള്ള നോട്ടവും രാധയമ്മ എന്നല്ല ഏതൊരമ്മയുടെയും വാത്സല്യം ആകർ

ഷിക്കാൻ കഴിയുന്നതാണ്. രാധയമ്മ വേഗം ഇക്രുവിനെ പിടിച്ച് തന്റെ തിണ്ണയിലിരുത്തിയിട്ട് അടുക്കളയിലേക്കു പോയി. രാധയമ്മ പോയ തക്കം നോക്കി ഖദീജയും ബാലനും ഇക്രുവിനോടു പറഞ്ഞു,"ഇനി നീ ഞങ്ങളോടൊപ്പം കളിക്കാൻ കൂടണ്ട." ഇതു കേട്ടതും ഇക്രു കൂവി വിളിച്ച് കരയാൻ തുടങ്ങി. താൻ ഇനി ഇക്രു ഉണ്ടെങ്കിൽ കളിക്കാനില്ലെന്നു പറഞ്ഞ് മുഖത്ത് കടന്നൽ കുത്തിയ പോലെ താനു വീട്ടിലേക്കോടി. രാധയമ്മ കടന്നുവന്നത് കൈയിൽ രണ്ടു സാധനങ്ങൾ ഒളിപ്പിച്ചായിരുന്നു - ഉണങ്ങിയ ഓലയ്ക്കാലും കടുംനീല നിറമുള്ള മിഠായിപ്പൊതിയും.

രാധയമ്മ ചോദിച്ചു, "ആരാടാ എന്റെ കൊച്ചിനെ കരയിപ്പിക്കുന്നത്? ഓടടാ ദൂരെ" നട്ടെല്ലില്ലാത്ത ഓലയ്ക്കാലെടുത്ത് കുടഞ്ഞതും ബാലനും കൂട്ടുകാരും നാലു പാടേക്ക് ചിതറിയോടി. ഇതു കണ്ട പാടേ ഇക്രു കരച്ചിൽ നിർത്തി രാധയമ്മയുടെ കണ്ണുകളിലേക്ക് എന്തോ പ്രതീക്ഷയോടെ നോക്കി. അപ്പോൾത്തന്നെ തിളക്കമുള്ള മിഠായിപ്പൊതി അവന്റെ കൈകളിലേക്ക് രാധയമ്മ വെച്ചു കൊടുത്തു. അവന്റെ നനഞ്ഞ കണ്ണുകൾ വെള്ളാരം കല്ലു പോലെ തിളങ്ങാൻ തുടങ്ങി. പയ്യെപ്പയെ ആ മഴയും ശമിച്ചു.

രാധയമ്മ അവനെ അവനെ അരികിലേക്ക് ചേർത്തിരുത്തി പഠിപ്പിക്കാൻ തുടങ്ങി. "ആകാശത്തിന്റെ നിറം നീല... ഇലകളുടെ നിറം പച്ച... ചോരയുടെ നിറം ചുവപ്പ്... അപ്പോഴും ഇക്രു മിഠായിപ്പൊതിയിൽ നിന്ന് ഇമവെട്ടാതെ നോക്കിക്കൊണ്ടിരുന്നു. അവൻ കള്ളച്ചിരിയോടെ രാധയമ്മയുടെ ചെവിയിൽ ചോദിച്ചു, "ഇതിന്റെ നിറം എന്താണമ്മേ?"

രാധയമ്മ ചെറു പുഞ്ചിരിയോടെ പറഞ്ഞു, "ഇതാണു കടുംനീല."

അടുത്ത കളിയിൽ തെറ്റിക്കില്ലെന്നുറപ്പിച്ചു കൊണ്ടവൻ പറഞ്ഞു, " മിഠായിപ്പൊതിയുടെ നിറം കടുംനീല." രാധയമ്മയ്ക്ക് ചിരിയടക്കാനായില്ല. രാധയമ്മ വേഗം അടുക്കളയിലേക്കു തിരിച്ചു പോയി മിഠായി ഭരണിയിൽ കൈയിട്ട് രണ്ടു മിഠായി കൂടി എടുത്തു കൊണ്ടുവന്ന് ഇക്രുവിനു കൊടുത്തിട്ടു ചോദിച്ചു, "ഇതിന്റെ നിറമെന്താണ്?"

ഇക്രു ശങ്കിച്ചു നിന്നു. ചോരയുടെ നിറമല്ല ചുവപ്പ്. മിഠായിപ്പൊതിക്ക് എങ്ങനെ ചുവപ്പു വന്നു! ഇലയുടെ പച്ചനിറം എങ്ങനെ മിഠായിപ്പൊതിയിൽ വന്നു! ഇക്രു രാധയമ്മയുടെ നേരെ

ചോദ്യങ്ങൾ എറിഞ്ഞു കൊണ്ടിരുന്നു. രാധയമ്മ ചിരിച്ചു ചിരിച്ച് കോലായിലെ തൂണിൽ ചാരി നിന്നു. രാധയമ്മയുടെ ഓർമ്മകളിലൂടെ സഞ്ചരിച്ചപ്പോൾ ഇക്രുവിനും ചിരിയടക്കാനായില്ല.

ഇക്രു തിണ്ണയിൽ നിന്നെഴുന്നേറ്റ്, കോലായിൽ ചാരി നിന്ന രാധമ്മയെ താങ്ങി ഉമ്മറത്തെ കസേരയിലിരുത്തി. അവൻ കീശയിൽ നിന്ന് ഫോറിൻ മണമുള്ള മിഠായിപ്പൊതി രാധയമ്മയുടെ കൈയിൽ വെച്ചു കൊടുത്തു. ഇത്തവണ അവനറിയാമായിരുന്നു എല്ലാ മിഠായിപ്പൊതികളുടെയും നിറം. മിഠായിപ്പൊതി കൈയിൽ കിട്ടിയപ്പോൾ രാധയമ്മ പാടി.

"പച്ചില പഴുത്തില മാമ്പറ്റക്കാവിലെ തൊണ്ണൂറ് നൂറ്?"

"ചാര."ഇക്രു പുഞ്ചിരിയോടെ ഉത്തരം പറഞ്ഞു.

അത് ചാരനിറം തന്നെയായിരുന്നു.

3. കാവൽക്കാരി അച്ചാമ്മ

ഇരുട്ടു മൂടിക്കിടന്ന ആകാശം പയ്യെപ്പയ്യെ വെളുക്കാൻ തുടങ്ങി. മൊട്ടിട്ടു നിൽക്കുന്ന സൂര്യന് ആകാശത്തെ വിട്ടു പോകാൻ കഴിയുന്നില്ല. നട്ടുച്ചയിലെ തീപിടിച്ച ചൂടിൽ അജു എറിഞ്ഞ ഉരുളൻ കല്ല് താഴേക്കു നോക്കിക്കിടക്കുന്ന മുഴുത്ത മാങ്ങാക്കുലയിൽ ചെന്നു തട്ടി നിരാശയോടെ നിലത്തേക്കു വീണു. അതേ നിരാശയിൽ അജു തലതാഴ്ത്തി നിന്നു. വേനലായതു കൊണ്ട് കുട്ടിസംഘങ്ങളെ നട്ടുച്ചയ്ക്ക് വീടിനു പുറത്തേക്ക് വിടാറില്ല. അജു സുനിതയുടെ കണ്ണു വെട്ടിച്ച് അരമതിൽ ചാടിയാണ് താനോലി മാവിനെ (മുത്തശ്ശി മാവ്) യാതൊരു ദാക്ഷിണ്യവും കൂടാതെ എറിഞ്ഞു പരിക്കേൽപ്പിക്കാൻ പുറപ്പെട്ടത്. തേനൂറുന്ന മാമ്പഴത്തോടുള്ള ആർത്തിയാണു കാരണം.

സുനിത കർക്കശക്കാരിയായ വീട്ടമ്മ. വീട്ടുസാധനങ്ങൾ അളന്നു കുറിച്ചു വാങ്ങുന്നതിൽ സമർത്ഥ. വീട് വൃത്തിയായി സൂക്ഷിക്കുന്നതിൽ നിർബ്ബന്ധമുള്ളവർ. കുടുംബത്തിന്റെ ആരോഗ്യ കാര്യങ്ങളിൽ ശ്രദ്ധ കേന്ദ്രീകരിക്കാൻ വേണ്ടി ചില പഥ്യങ്ങളും ഭക്ഷണക്രമങ്ങളും ചിട്ടകളുമൊക്കെ അവർ ആവിഷ്കരിച്ചു. മകൻ ഉൾപ്പെടുന്ന കുട്ടിസംഘം സുനിതയെ വിളിക്കുന്നത് പട്ടാളം സുനിത എന്നാണ്. ഏക മകൻ അജുവിനെ ഊട്ടിയിലെ ബോർഡിംഗിൽ പഠിപ്പിക്കാൻ ആഗ്രഹിച്ചെങ്കിലും കുടുംബത്തിന്റെ സാമ്പത്തിക അവസ്ഥ പരിഗണിച്ച് വികൃതിക്കുട്ടനായ അജുവിനെ വീടിനോടു ചേർന്ന സ്കൂളിൽ ചേർത്തു. ഇപ്പോൾ സുനിതയുടെ പ്രാർത്ഥന ഈ വേനൽക്കാലത്തും പള്ളിക്കൂടം ഒന്നു തുറക്കണേ എന്നാണ്. അജുവിന്റെ വികൃതിയും അനുസരണക്കേടും സുനിതയുടെ കൈകളിൽ ഒതുങ്ങിയില്ല. അവന്റെ എല്ലാ ദിവസങ്ങളും അവസാനിക്കുന്നത് തൊലി ചെത്തിയ പേരക്കമ്പുകളിലാണ്.

അല്ലെങ്കിലും അജുവിനെ മാത്രം കുറ്റം പറയാൻ പറ്റില്ല.

താനോലി മാവ് ഇങ്ങനെ പന്തലിച്ചു നിൽക്കുവല്ലേ? നേരം വെളുക്കും മുൻപു തന്നെ മുത്തശ്ശിമാവ് ചുറ്റുവീടുകളിലുള്ള കുട്ടികളെ കണ്ണും കൈയും കാട്ടി വിളിക്കും. മുത്തശ്ശിമാവിനും തനിയെ നിന്ന് മടുപ്പു തോന്നിയതു കൊണ്ടാവാം. ഈ വേനൽക്കാലമാകുമ്പോളേക്കും തന്റെ അരികിൽ വരുന്ന കുട്ടി സംഘങ്ങൾക്ക്, കാറ്റിനോടു പറഞ്ഞ് ഓരോ മാമ്പഴം സമ്മാനമായി കൊടുത്തു വിടും. ഒരിക്കൽ മാമ്പഴത്തിന്റെ രുചിയറിഞ്ഞ കുട്ടികൾ പിന്നെ മുത്തശ്ശി മാവിനെ പിച്ചിയും കെട്ടിപ്പിടിച്ചും അതിന്റെ തണലിൽ പറ്റിപ്പിടിക്കും.

ഒരു ഉച്ചനേരത്ത് വീട്ടുകാരുടെ കണ്ണുവെട്ടിച്ച് അജുവും ചിന്നുവും മുത്തും റിഞ്ചുവും അലനും വീട്ടിൽ നിന്നു പുറത്തുചാടി. സുനിത ഉച്ചമയക്കത്തിലായ സമയം നോക്കിയാണ് അജു ചാടിയത്. അവർ സ്ഥിരം ഒത്തു കൂടുന്ന താനോലി മാവിന്റെ ചുവട്ടിലേക്കാണു പോയത്. അഞ്ചു പേരും വേഗത്തിലോടി. ആദ്യം എത്തുന്നയാൾക്ക് ഒരു മാമ്പഴം കിട്ടാതിരിക്കില്ല എന്നവർക്കറിയാം. ആദ്യം ഓടിയെത്തിയത് റിഞ്ചുവാണ്. അവളുടെ വീടിന്റെ അടുത്താണ് മാവ് നിൽക്കുന്നത്. അതുകൊണ്ടാണ് അവൾ ആദ്യം ഓടിയെത്തുന്നത്. ആദ്യത്തെ മാമ്പഴം അവൾ കരസ്ഥമാക്കുന്നത് അജു ഉൾപ്പെടെയുള്ളവർക്ക് തീരെ പിടിച്ചില്ല. അവർ പറഞ്ഞു, "ഇതു ശരിയല്ല, ആദ്യത്തെ മാമ്പഴം എപ്പോഴും കൂട്ടത്തിൽ അവസാനം വരുന്ന ആൾക്കാണു കൊടുക്കേണ്ടത്. കാരണം അയാൾ ദൂരെ നിന്നല്ലേ വരുന്നത്. അങ്ങനെയാണു നിയമമെങ്കിൽ ഉറപ്പായും അലന് എല്ലാ ദിവസവും മാമ്പഴം കിട്ടും."

തർക്കങ്ങൾ തുടർന്നുകൊണ്ടിരുന്നു. തനിക്കു കിട്ടിയ മാമ്പഴത്തിൽ ഇറുക്കിപ്പിടിച്ചു കൊണ്ട് റിഞ്ചു പറഞ്ഞു, "ആരൊക്കെ എന്തൊക്കെ പറഞ്ഞാലും എന്റെ മാമ്പഴം ഞാൻ തരില്ല. എനിക്കാണ് ആദ്യം കിട്ടിയത്."

അപ്പോഴേക്കും മുത്തും അജുവും അലനും ചിന്നുവും കൂടെ കൈകൾ കോർത്തുപിടിച്ച് മുത്തശ്ശിമാവിനെ കെട്ടിപ്പിടിക്കാൻ നോക്കി. എന്നിട്ടും അവർക്ക് മുത്തശ്ശി മാവിന്റെ ചുറ്റുവണ്ണത്തിന്റെ പകുതി പോലും ചുറ്റിപ്പിടിക്കാൻ കഴിഞ്ഞില്ല. എങ്കിലും അവർ മാവിനോടു പറഞ്ഞു,

"മുത്തശ്ശിമാവേ, ഞങ്ങൾക്ക് നാലഞ്ചു മാമ്പഴം തായോ... ഈ നട്ടുച്ചയ്ക്ക് നിനക്കു കൂട്ടിരിക്കാനല്ല ഞങ്ങൾ വന്നത്... ദയ

വായി..." ഇതു കേട്ടപ്പോൾ മുത്തശ്ശി മാവിനു സങ്കടം തോന്നി. തന്റെ ഏറ്റവും പ്രിയപ്പെട്ട കുട്ടികൾക്കല്ലാതെ മറ്റാർക്കാണ് മാമ്പഴം കൊടുക്കുക. താഴത്തെ കൊമ്പിലെയും മുകളിൽ വടക്കേയറ്റത്തെയും മാമ്പഴങ്ങൾ കുട്ടികൾക്കു കൊടുക്കാൻ മുത്തശ്ശി മാവ് കാറ്റിനോടു പറഞ്ഞു. അപ്പോൾത്തന്നെ പടിഞ്ഞാറെ അറ്റത്തു വിശ്രമിച്ച കാറ്റ് കിഴക്കോട്ടു പാഞ്ഞു. മാമ്പഴങ്ങൾ ആഹ്ലാദത്തോടെ നിലംപതിച്ചു. കുട്ടികൾ തുള്ളിച്ചാടി.

ഒച്ചയുടെ തീവ്രത കൊണ്ടാകണം താനോലിമാവിന്റെ തെക്കേ അറ്റത്തുള്ള ചെറിയ കുടിലിൽ താമസിക്കുന്ന അച്ചാമ്മ പാഞ്ഞുവന്നത്. അച്ചാമ്മയ്ക്ക് കാഴ്ചശക്തി കുറവാണെങ്കിലും കേൾവി കൂടുതലായിരുന്നു.

"ഓടിനെട്ടാ പിള്ളാരെ, നട്ടുച്ചയ്ക്കു മാങ്ങ പെറുക്കാൻ വന്നേക്കുന്നു" എന്ന ശബ്ദം കേട്ടപാടേ കുട്ടിസംഘം ഭയന്നോടി തെങ്ങിന്റെയും കൂട്ടിയിട്ട വിറകിന്റെയും പിന്നിലൊളിച്ചു. സാക്ഷാൽ അച്ചാമ്മ കുട്ടിക്കുപ്പായവും കളസമുണ്ടും കാതുകളിൽ തിളങ്ങുന്ന സ്വർണ്ണ തോടകളുമിട്ട് ഊന്നുവടി കുത്തിക്കുത്തി മാവിൻ ചുവട്ടിൽ ഓടിയെത്തി. ഊന്നുവടിയുടെ ഓരോ വെയ്പും കേൾക്കുമ്പോഴും കുട്ടിസംഘത്തിന് യുദ്ധത്തിൽ പങ്കെടുക്കുന്ന കുതിരയുടെ കുളമ്പടിയൊച്ച ഓർമ്മ വന്നു. തോളിൽ തട്ടാറായി കിടക്കുന്ന തോടകൾ അച്ചാമ്മയുടെ നടത്തത്തിന്റെ വേഗത്തിൽ ആടി. തലയിൽ തൂവാല കൊണ്ട് കെട്ടിയിട്ടും അച്ചാമ്മയുടെ നരച്ച മുടികൾ പാറിക്കളിച്ചു. സ്വർണ്ണത്തോടകളുടെ തിളക്കത്തിൽ അച്ചാമ്മയുടെ വെയിലടിച്ച് ഇരുണ്ട മുഖം പ്രകാശിച്ചു.

ഊന്നുവടിയും നീളൻ മുറവുമായി വന്ന അച്ചാമ്മ മാമ്പഴത്തിനടുത്തെത്തി. ഓരോന്നായി മുറത്തിൽ ശേഖരിച്ചു. "ഹോ! ഈ അച്ചാമ്മ ഒരു മാമ്പഴം പോലും തരില്ല. വയസ്സായ അച്ചാമ്മ ഈ വെയിലത്തും മാമ്പഴം എടുക്കാൻ വന്നല്ലോ. കടുപ്പം തന്നെ!" മുത്ത് പമ്മിയിരുന്ന് പിറുപിറുത്തു.

കുറ്റിച്ചെടിയുടെ മേൽ വീണുകിടന്ന ഒരു മാമ്പഴം ചിന്നുവിന്റെ കണ്ണിലുടക്കി. അച്ചാമ്മ അതെടുക്കാതെ പോയിരുന്നെങ്കിലെന്ന് അവൾ പ്രാർത്ഥിച്ചു. അത് താൻ നേരത്തേ നോക്കി വെച്ച മാമ്പഴമാണെന്ന് അലൻ വാദിച്ചു. കൂട്ടത്തിൽ ബുദ്ധിമാനെന്നു നടിക്കുന്ന അജു പറഞ്ഞു, "ആരും തർക്കിക്കണ്ട, അച്ചാമ്മ പോയിക്കഴിഞ്ഞ് ആദ്യം ആരാണോ ഓടി മാമ്പഴത്തിനടുത്ത് എത്തുന്നത്, അതവർക്കു സ്വന്തം. എല്ലാവരും ഈ നിയമത്തെ

പിൻതാങ്ങി. ഇങ്ങനെ പോയാൽ തന്റെ മാമ്പഴം എല്ലാവർക്കും ഭാഗിക്കണമെന്നു മനസ്സിലാക്കി പതുങ്ങിയിരുന്ന് റിഞ്ചു കൈയിലിരുന്ന മാമ്പഴം തിന്നാൻ തുടങ്ങി.

അച്ചാമ്മ കൈയിലിരുന്ന നാലു മാമ്പഴവുമായി തിരികെ നടന്നു. പക്ഷേ, അച്ചാമ്മയുടെ കൈയിൽ നിന്ന് മുറം വഴുതി താഴെ വീണു. മാമ്പഴമെല്ലാം ഉരുണ്ടു പോയി. അച്ചാമ്മ കുനിഞ്ഞിരുന്ന് മാമ്പഴമെല്ലാം മുറത്തിലാക്കി. നോക്കിയപ്പോൾ അഞ്ചു മാമ്പഴം! ഒരെണ്ണം അധികം കിട്ടിയ സന്തോഷത്തിൽ അച്ചാമ്മ മുറത്തിൽ ശക്തിയായി പിടിച്ച് നടന്നു പോയി. കുറ്റിച്ചെടിയുടെ മേൽ കിടന്ന മാമ്പഴവും അച്ചാമ്മ കൊണ്ടുപോയപ്പോൾ എല്ലാവർക്കും വിഷമമായി. റിഞ്ചുവിന്റെ മുഖത്ത് മാമ്പഴ മണം പരന്നു.

"ഹാ... ഈ അച്ചാമ്മയുള്ളപ്പോൾ നമുക്ക് ഒരു മാമ്പഴം പോലും കിട്ടാറില്ല. മാമ്പഴം വീഴുന്ന ശബ്ദം കേട്ടാൽ എവിടെ നിന്നാണോ വടിയുമായി വരുന്നത്! ശ്ശെ, ഇനി എന്താ ചെയ്യുക." അജ്ജു പരിഭവിച്ചു. അച്ചാമ്മയെ ഒരു പാഠം പഠിപ്പിക്കാൻ അവർ തീരുമാനിച്ചു.

അച്ചാമ്മ പോയ തക്കം നോക്കി കുട്ടിസംഘം വീണ്ടും മാവിൻ ചുവട്ടിൽ വന്നു. "മുത്തശ്ശിമാവേ, ഞങ്ങൾക്ക് ഇനിയും ഒരു നാലെണ്ണമെങ്കിലും തരുമോ?" അലൻ ചോദിച്ചു. മുത്തശ്ശിമാവ് അനങ്ങിയില്ല. ഒരു പക്ഷേ മാവ് ഉച്ചമയക്കത്തിലായിരിക്കുമെന്നു കരുതി അവർ മാവിൻ ചുവട്ടിൽ കുത്തിയിരുന്നു. അതു വഴി പറന്നു പോയ കോലൻ കാക്കയ്ക്ക് വിശന്നു. മുത്തശ്ശി മാവിനെ ഉണർത്താതെ അവൻ മാമ്പഴം തിന്നാൻ ശ്രമിച്ചു. താഴെ കുത്തിയിരിക്കുന്ന കുട്ടികൾക്ക് മാമ്പഴം കൊത്തിയിട്ടു കൊടുത്തു. വയറു നിറച്ചു കൊണ്ട് കാക്ക പറന്നു പോയി. മാമ്പഴം വീണ ശബ്ദം കേട്ട് കുട്ടികൾ തിരിഞ്ഞു നോക്കിയപ്പോഴേക്കും ദേ പിന്നെയും വടിയുമായി അച്ചാമ്മ പിന്നിൽ നിൽക്കുന്നു! ഇത്തവണയും അച്ചാമ്മ രണ്ടു മാമ്പഴവും മുറത്തിലാക്കി നടന്നു പോയി.

വിറകിന്റെ പിന്നിൽ മറയാൻ അജ്ജു കൂട്ടുകാരോടു പറഞ്ഞു. അലനും അജ്ജുവും കുറേ ഉരുളൻ കല്ലുകൾ കൊണ്ടുവന്നു. കുട്ടികൾ പോയെന്നു കരുതി അച്ചാമ്മ കുടിലിലേക്കു മടങ്ങി. ആ തക്കം നോക്കി കല്ല് ഓരോന്നായി മുത്തശ്ശിമാവിനെ കൊള്ളിക്കാതെ അജ്ജു എറിഞ്ഞു. ഓരോ കല്ലുവീഴുന്ന ശബ്ദവും മാമ്പഴം വീഴുന്ന ശബ്ദമാണെന്നു നിനച്ച് അച്ചാമ്മ വന്ന് തിരഞ്ഞു. തനിക്കു തോന്നിയതാണെന്നുറപ്പിച്ച് അച്ചാമ്മ കുടിലിലേക്കു

മറഞ്ഞു. അജു പിന്നെയും എറിഞ്ഞു. അച്ചാമ്മ വീണ്ടും വന്ന് നിരാശയോടെ മടങ്ങി. അതിങ്ങനെ ആവർത്തിച്ചു കൊണ്ടിരുന്നു. അച്ചാമ്മ ക്ഷീണിച്ചു. ഒടുവിൽ അഞ്ചാറ് മാമ്പഴം വീണു. ഇത്തവണ അച്ചാമ്മ വന്നില്ല. മാമ്പഴം എടുത്തു കൊണ്ട് കുട്ടികൾ സന്തോഷത്തോടെ വീട്ടിലേക്കു മടങ്ങി.

വേനലവധി മദ്ധ്യത്തിലെത്തിയ ഒരു രാത്രി മുത്തും റിഞ്ചുവും മാമ്പഴം തിന്നാനുള്ള കൊതിയോടെ, ചെറിയ ടോർച്ച് വെട്ടത്തിൽ മാവിൻചുവട്ടിലേക്കു ചെന്നു. രാത്രികാലങ്ങളിൽ ഇഴജന്തുക്കളുണ്ടാകുമെന്ന മുത്തിന്റെ അമ്മയുടെ താക്കീത് തെറ്റിച്ച് അവൻ മുമ്പ് മാങ്ങ പിച്ചാൻ പോകുമായിരുന്നു. ഇത്തവണ റിഞ്ചുവും കൂടെ പോയി. മാവിൻ ചുവട്ടിലേക്ക് ടോർച്ചടിച്ചപ്പോൾ ഒരു വെള്ള വസ്ത്രം ധരിച്ച രൂപം സ്വർണ്ണത്തോടകൾ ആട്ടിയാട്ടി നിൽക്കുന്നു! മാവിന്റെ കാവൽക്കാരി അച്ചാമ്മ! കുട്ടികൾ ഞെട്ടിപ്പോയി.

കാഴ്ചക്കുറവുള്ള അച്ചാമ്മ മാങ്ങ പെറുക്കാൻ നിൽക്കുന്നതാണോ? മാവിനെ പിരിയാൻ കഴിയാതെ നിൽക്കുന്നതാണോ?

മുത്തുവും റിഞ്ചുവും വീട്ടിൽ പനിച്ചു കിടന്നു. ആരും വിശ്വസിക്കാത്ത ആ പരമരഹസ്യം അവർ ഉള്ളിലൊതുക്കി. മാമ്പഴത്തോടുള്ള ആർത്തി അതോടെ തീർന്നു. മരിച്ചാലും വിട്ടുപോകാൻ കഴിയാത്ത ചില ബന്ധങ്ങൾ ഇങ്ങനെയാണ്. ചുറ്റും കാവൽക്കാരായി ഒപ്പമുണ്ടാകും.

4. ഡിറ്റക്ടീവ് സുമതി

മനസ്സൊരു കല്ലാണെന്നും അടിച്ചു പൊട്ടിക്കാൻ എത്രത്തോളം ശ്രമിച്ചാലും തകരില്ലെന്ന് ഉറപ്പുള്ള തികഞ്ഞ ഈശ്വരവിശ്വാസിയാണ് ഇണ്ടായി. കിഴക്കൻ ചക്രവാളത്തിൽ നിന്ന് സൂര്യൻ ഉയർന്നു നോക്കുന്നതിനു മുമ്പേ ഇണ്ടായി കുളിച്ചു ചന്ദനം തൊട്ട് തെറ്റിപ്പൂക്കൾ ചെവിയുടെ പിന്നിൽ തിരുകി അമ്പല നടയിലെ ആൽച്ചുവട്ടിൽ നിത്യവും പ്രദക്ഷിണം വെയ്ക്കും. ദൈനംദിന ജീവിതത്തിന്റെ മനോഹരമായ തുടർച്ച ദേവാലയ ദർശനത്തിൽ നിന്നാണെന്നു പറഞ്ഞ് ഇണ്ടായി അഭിമാനിക്കുന്നു.

കർഷകനായ ഇണ്ടായിക്ക് താനൊരു പിശുക്കനാണെന്ന് നാട്ടിൽ പരത്തുക എന്നതാണ് വലിയ ആഗ്രഹം. അതിനായി ഇണ്ടായി പലതവണ ശ്രമിച്ചുമെങ്കിലും ഇണ്ടായിയുടെ ദാനശീലയായ ഭാര്യ സുമതി ആ ശ്രമങ്ങളെല്ലാം പരാജയപ്പെടുത്തി.

ഒരിക്കൽ ഇണ്ടായി പറമ്പിൽ തക്കാളിത്തൈകൾ നട്ടുകൊണ്ടിരിക്കുകയായിരുന്നു. പൊടുന്നനെ അയാളുടെ ശ്രദ്ധ റോഡിലേക്കു പോയി. ഒരു കൂട്ടം ആളുകൾ തന്റെ വീട്ടിലേക്ക് നടന്നുവരുന്നു. ഒറ്റ നോട്ടത്തിൽ അത് സംഘടനാ പിരിവുകാരാണെന്നു മനസ്സിലാക്കിയ ഇണ്ടായി അവർ കാൺകെ അടുത്തുള്ള തെങ്ങിന്റെ പിന്നിൽ മറഞ്ഞു നിന്നു. സുമതിയമ്മ ഇതു കണ്ട് വേഗം നൂറു രൂപയുമായി മുറ്റത്തിറങ്ങി അവർക്കു നീട്ടിക്കൊണ്ടു പറഞ്ഞു,

"എന്തു പറയാനാ, ഇവിടത്തെ തെങ്ങുകളിൽ അപ്പടി മണ്ഡരിയാ. ഇതിയാൻ തെങ്ങ് നോക്കുകയാ."

"അതേയോ? തെങ്ങിനുള്ള മരുന്ന് പഞ്ചായത്തിൽ നിന്നു കൊടുക്കുന്നുണ്ട്. വേണമെങ്കിൽ വാങ്ങിക്കൊണ്ടുത്തരാം. നിഷ്കളങ്ക ചിരിയോടെ കൂട്ടത്തിലെ ഒരു ചെറുപ്പക്കാരൻ പറഞ്ഞു.

സതീശനെ സുമതിയമ്മയ്ക്ക് വലിയ ഇഷ്ടമാണ്. കാര്യങ്ങൾ നോക്കിയും കണ്ടും ചെയ്യാൻ കഴിവുള്ള ഒന്നാംതരം

ആൺകുട്ടി. എല്ലാ സംഘടനാ പ്രവർത്തനങ്ങൾക്കും മുൻപന്തിയിൽ തന്നെ സതീശനുണ്ട്. തന്റെ മകൾ സീതയെ സതീശനെ കൊണ്ട് കെട്ടിച്ചാലോ എന്നു പോലും സുമതിയമ്മ ആലോചിച്ചിട്ടുണ്ട്. പക്ഷേ, ഇണ്ടായിക്ക് സതീശനെ തീരെ ഇഷ്ടമല്ല. സുമതിയമ്മ സതീശന്റെ പേര് പറയുമ്പോഴേക്കും ഇണ്ടായിയുടെ മുഖം ചുളിയും.

"അവൻ വലിയ സംഘടനാ പ്രവർത്തകനാ. സമ്പാദിക്കാൻ അറിയില്ല. കൈയിൽ ചില്ലിക്കാശ് കാണില്ല."

ഇണ്ടായിയുടെ സ്ഥിരം പരിഹാസം സുമതിയമ്മയെ ചൊടിപ്പിക്കാറുണ്ട്.

"എന്തിനാ മനുഷ്യാ, നിങ്ങൾ പിശുക്കനായി ജീവിക്കുന്നേ? ഒരു പനികൊണ്ട് അവസാനിക്കാവുന്നതേയുള്ളു. നിങ്ങൾക്ക് കിടക്കാനുള്ള ആറടി മണ്ണ് അടിവാരത്തു തന്നെയുണ്ട്. ചായിപ്പിന്റെ പിന്നിലുള്ള സ്ഥലം ചൂണ്ടിക്കാട്ടി സുമതിയമ്മ എന്നും ഈ വർത്തമാനം പറയും. അല്പ സമയം ഇണ്ടായി ചിന്തിച്ചു കൊണ്ടിരിക്കും. ഇണ്ടായി പിന്നെയും പാലയുടെയും പുളിമരത്തിന്റെയും വാതിലുകളുടെയും മറവിൽ ഒളിച്ചിരിക്കും.

ഒരിക്കൽ ഉണ്ടായി അമ്പലത്തിലെ പതിവു പ്രാർത്ഥനകൾ ക്കൊടുവിൽ വീട്ടിലേക്കു മടങ്ങുകയായിരുന്നു. പൊടുന്നനെ ഇണ്ടായിക്ക് തല ചുറ്റുന്നതു പോലെ തോന്നി. ആലിന്റെ ചുവട്ടിൽ ഇരിക്കാൻ ശ്രമിച്ചെങ്കിലും കാലു വഴുതി ഇണ്ടായിയുടെ തല കല്ലിലിടിച്ചു.

"എഴുന്നേൽക്ക്, ആശുപത്രിയിൽ പോകാം. മുറിവിലെ ചോര നിൽക്കുന്നില്ല." ചുറ്റും നിന്നവർ പറഞ്ഞു.

"വെള്ളം കുടിക്കൂ..." ഇണ്ടായിക്ക് പൂജാരി ഒരു ഗ്ലാസ്സ് വെള്ളം കൊടുത്തു. അടുത്ത നിമിഷം ആരെയും വകവെയ്ക്കാതെ ഇണ്ടായി വീട്ടിലേക്കു പോയി. ഇണ്ടായിയെ കണ്ട പാടേ സുമതിയമ്മ മൂക്കത്തു വിരലു വച്ചു കൊണ്ടു ചോദിച്ചു, "ഇതെന്താ മനുഷ്യാ, ഭക്തി മൂത്ത് നെറ്റിയിലാകെ ചന്ദനം പൂശിയോ?"

സുമതിയമ്മയെ തട്ടി മാറ്റിക്കൊണ്ട് ഇണ്ടായി അടുക്കളയിലേക്കോടി. പിന്നാലെ ചെന്ന സുമതിയമ്മ കണ്ടത് തന്റെ തേയിലപ്പാത്രവുമായി നിൽക്കുന്ന ഇണ്ടായിയെ. തേയിലപ്പാത്രം ഇണ്ടായിയുടെ കൈയിൽ നിന്നു പിടിച്ചു വാങ്ങിയിട്ട് ആശുപത്രിയിൽ പോകാൻ സുമതിയമ്മ നിർബ്ബന്ധിച്ചു.

"ചോര നിൽക്കണേൽ മുറിവിൽ ഇത്തിരി തേയിലപ്പൊടി

ഇട്ടാ മതി. നീ അതിങ്ങെടുക്ക്. മുറിവിൽ തേയിലപ്പൊടി ഇട്ടശേഷം ഇണ്ടായി ചാരു കസേരയിൽ കിടന്നുറങ്ങി.

സീത ചോദിച്ചു, "എന്താ അച്ഛനിങ്ങനെ?"

"ഹും ആശുപത്രിയിൽ പോലും പോകാത്ത പിശുക്ക്. നീ നോക്കിക്കോ ഇവിടെ കെട്ടി പൂഴ്ത്തി വെച്ചിരിക്കുന്ന പണമെല്ലാം അങ്ങേരു മരിക്കുമ്പോ അങ്ങേരുടെ നെഞ്ചത്തിട്ടു ഞാൻ കത്തിക്കും. നിനക്ക് ഒരിത്തിരി പൊന്നിടാൻ പോലും ഇതിയാൻ സമ്മതിക്കില്ല. എന്തെല്ലാം ഉണ്ടായിട്ടെന്താ അനുഭവിക്കാൻ യോഗം വേണം. ഞാൻ കാണുന്ന കാലം മുതൽ ഇദ്ദേഹം ഇങ്ങനാ. അമ്പലത്തിലെ നേർച്ച വഞ്ചിയിൽ പോലും ഒരു രൂപ യിടുകയില്ല." സുമതിയമ്മ സങ്കടങ്ങളെല്ലാം ഇങ്ങനെ പറഞ്ഞു തീർക്കും.

സന്ധ്യ മയങ്ങി. വൈദ്യുതപോസ്റ്റുകളിൽ ലൈറ്റ് തെളിഞ്ഞു. സീത പൂജാമുറിയിലിരുന്ന് കീർത്തനം പാടിക്കൊണ്ടിരുന്നു. ഇണ്ടായിക്കുള്ള പതിവു കട്ടനുമായി സുമതിയമ്മ കോലായിലേക്കു നടന്നു. മൗനിയായിരുന്ന ഇണ്ടായിക്ക് കട്ടൻ കൊടുത്ത സുമതിയമ്മ മുറ്റേത്തക്കുള്ള ലൈറ്റിട്ടു. പൊടുന്നനെ ഇണ്ടായി ചാടിയെഴുന്നേറ്റ് പുലമ്പി, "നീ ഈ ലൈറ്റ് ഒന്ന് ഓഫാക്ക്, കറണ്ട് ബില്ല് കൂടുതലാണ്. പോസ്റ്റിൽ വെട്ടമുണ്ടല്ലോ. പിന്നെന്തിനു ഇവിടെ മറ്റൊരു വെട്ടം?

കലഹിച്ച് മൗനിയായിരിക്കുന്ന ഇണ്ടായിയെ പിണക്കം മാറ്റി സംസാരിപ്പിക്കാൻ സുമതിയമ്മ മിടുക്കിയായിരുന്നു. അതുകൊണ്ട് അവർക്കിടയിലെ പിണക്കങ്ങൾ ഒരു ദിവസത്തിനപ്പുറത്തേക്ക് നീണ്ടുപോകാറില്ല. തന്റെ അമ്മ അതിസമർത്ഥയാണെന്ന് സീതയ്ക്കറിയാം. കടുത്ത പിശുക്കനായ ഇണ്ടായിയുടെ പൂഴ്ത്തിവെപ്പുകേന്ദ്രത്തിന്റെ സകല വഴികളും സുമതിയമ്മ പതിയെപ്പതിയെ ചൂഴ്ന്നെടുക്കാറുണ്ട്. അങ്ങനെ സീതയുടെ പേരിൽ മാസം തോറും ആയിരം രൂപ ബാങ്കിലിട്ടു. കണക്കിൽ മറവിയുള്ള ഇണ്ടായി ഇതൊന്നുമറിയാതെ പിശുക്കിൽ കേന്ദ്രീകരിച്ചു നടന്നു.

കാലങ്ങൾ കടന്നുപോയി. പണപ്പെട്ടി ചോർന്നുപോകുന്നത് ഇണ്ടായി അറിഞ്ഞിരുന്നില്ല. പറമ്പിലെ തക്കാളി മാറ്റി കുരുമുളകു കൃഷി ചെയ്യാൻ ഇണ്ടായി തീരുമാനിച്ചു. കുരുമുളകിന്റെ ആദായ വില കിലോയ്ക്ക് ഇരുന്നൂറ്റിമുപ്പത് എന്നറിഞ്ഞതോടെ ഇണ്ടായി പറമ്പിൽ നല്ല പണിയെടുക്കാൻ തുടങ്ങി.

അമ്പലം, കൃഷി, ആഹാരം ഇതിൽ മൂന്നിലൊതുങ്ങിയ ഇണ്ടായിയെ കണ്ടിട്ട് ഇണ്ടായിക്ക് വട്ടായെന്ന് നാട്ടുകാർ പറഞ്ഞു. ശരീരം നോക്കാതെയുള്ള പണി ഇണ്ടായിയെ മരണത്തിലെത്തിച്ചു. ഒടുവിൽ കുരുമുളകു കൃഷിയുടെ ഇടയിൽ അയാളുടെ ജഡം സീത കണ്ടു. തളിർക്കാറായ കുരുമുളകു ചെടികൾ, പൊന്നുപോലെ നോക്കിയ യജമാനന്റെ വേർപാടിൽ വ്യസനിച്ചു വാടി തളർന്നിരുന്നു.

ഇണ്ടായിയുടെ വിയോഗത്തിൽ മനംനൊന്ത സുമതിയമ്മ ചലനമറ്റു കിടക്കുന്ന ഇണ്ടായിയുടെ ചിതയിൽ പണപ്പെട്ടി എടുത്തു വെച്ചു.

5. മോഷണത്തിലെ ധർമ്മം

ഞായറാഴ്ച തമാശകൾക്ക് മിക്കപ്പോഴും ഉപ്പു കലർന്ന മധുരത്തിന്റെ ചിരിയും വിയർപ്പു കലർന്ന യാത്രയുടെ മണവുമുണ്ടാകും. ഒരു ഞായറാഴ്ച വൈകുന്നേരത്ത് ഞാൻ എന്റെ ഏറ്റവും പ്രിയപ്പെട്ട അമ്മായിയുമായി ബന്ധുവീടുകളിൽ കയറിയിറങ്ങിക്കൊണ്ടിരുന്ന നേരം. വഴിയോരക്കാഴ്ചകൾ എണ്ണിയെണ്ണി പോകുന്ന എന്റെ സ്കൂട്ടറിന്റെ വീലിന്റെ വണ്ണം ചെറുതായി ഒന്നു കുറഞ്ഞു. യാത്രയുടെ അലച്ചിലിനിടയിൽ അടുത്തുള്ള വർക്ക് ഷോപ്പിൽ വണ്ടിയൊതുക്കി. സമയം അല്പം വൈകിയെങ്കിലും ഞങ്ങളവിടെ നിന്ന് വീണ്ടും യാത്ര തിരിച്ചു.

ഓണാട്ടുകരയുടെ വടക്കേയറ്റത്തുള്ള കണ്ഡകർണകാവിന്റെ നടുവിൽ ചെറിയ റോഡിലൂടെ വണ്ടിയിൽ പോയപ്പോൾ നെറ്റിത്തടത്തിൽ നിന്ന് വിയർപ്പുതുള്ളികൾ പൊടിഞ്ഞു കൊണ്ടിരുന്നു. റോഡ് ചെന്നവസാനിക്കുന്നതിന്റെ ഇരുവശത്തായും കണ്ണെത്താ ദൂരത്തോളം വിശാലമായ തഴവയൽ പ്രദേശം. പൊന്നിട്ടു നിൽക്കുന്ന തഴവയൽ സന്ധ്യാനേരത്ത് ദീപം കൊളുത്തുന്ന കന്യകയെ പോലെ മനോഹരമായി നിൽക്കുന്നു. കാഴ്ചയുടെ വിസ്മയം ആസ്വദിച്ചു കൊണ്ട് മുന്നോട്ടു പോയിക്കൊണ്ടിരുന്നപ്പോളാണ് അമ്മായി എന്റെ ചുമലിൽ തട്ടിയത്.

"വണ്ടി ദേ ആ വയലിന്റെ അറ്റത്തു ചേർന്നു കാണുന്ന വീട്ടിലേക്കു വിട്. അവിടെയാണു കൊച്ചുപുരയ്ക്കൽ ത്രേസ്യയുടെ ഓർമ്മകളുറങ്ങുന്ന തറവാട്."

"അതാരാ? ഞാനിന്നേ വരെ കേട്ടിട്ടില്ലല്ലോ അങ്ങനെ ഒരാളിനെ പറ്റി."

പുല്ല് പടർന്നു കിടക്കുന്ന തറവാടിനെ അമ്മായി മൂന്നു തവണ വലം വെച്ച് നിരാശയോടെ സ്കൂട്ടറിന്റെ അടുത്തേക്ക് മടങ്ങി വന്നു.

"ഇവിടെ ആരും ഇല്ലെന്നു തോന്നുന്നു. വാതിലുകൾ പൂട്ടി

യിട്ടിരിക്കുന്നു. എവിടെ പോയോ എന്തോ..! ത്രേസ്യാമ്മ മരിച്ച തിൽ പിന്നെ മക്കളെല്ലാവരും വിദേശത്താണെന്നും തറവാടു പൊളിച്ച് പുതിയ രീതിയിൽ പണിയാൻ പോകുന്നുവെന്നുമൊക്കെ അമ്മായി പറഞ്ഞു കൊണ്ട് വണ്ടിയിൽ കയറി. എനിക്കു കാര്യമായി ഒന്നും മനസ്സിലായതുമില്ല.

പതിയെ വണ്ടിയോടിച്ച് ഞങ്ങൾ പോയിക്കൊണ്ടിരുന്നപ്പോൾ അമ്മായിയുടെ കൈയിലെ നീളൻ വെള്ള സഞ്ചിയിൽ നിന്നൊരു കരച്ചിൽ കേട്ടു. ഒരു കോഴിക്കുഞ്ഞിന്റെ കരച്ചിൽ. ആശ്ചര്യത്തോടെ വണ്ടി അവിടെ നിർത്തിയിട്ട് ഞാൻ ചോദിച്ചു, "ഇതെവിടുന്നാ ഈ കോഴിക്കുഞ്ഞ്?" അമ്മായി പറഞ്ഞു, ആ വീട്ടിൽ നിന്ന് ഓടി വന്നതാ. ഞാനതിനെ സഞ്ചിയിലിട്ടു."

അമ്മായി മോഷ്ടിച്ചിരിക്കുന്നു! എനിക്കു ദേഷ്യം വന്നു. ഞാൻ അമ്മായിയെ വഴക്കു പറഞ്ഞു. തിരികെ അതിനെ കൊണ്ടു വിടാൻ ഞാൻ ആവശ്യപ്പെട്ടു.

അമ്മായി തുടർന്നു, "ജീവനും കൊണ്ടോടി വന്ന കോഴിക്കുഞ്ഞാണിത്. എവിടുന്നാണ് ഓടി വന്നതെന്ന് എനിക്കറിയില്ല. ഞാൻ അവിടെയെല്ലാം നോക്കി. ആ വീടുകളിലൊന്നും ആരുമില്ലായിരുന്നു. കാക്ക ഓടിച്ച ഇതിനെ രക്ഷിക്കാനാ സഞ്ചിയിലാക്കിയത്. ഇതിനെ കാക്കയ്ക്കു കൊടുക്കാൻ തോന്നിയില്ല." അമ്മായിയുടെ നിഷ്കളങ്കമായ ഏറ്റുപറച്ചിൽ എന്നെ സങ്കടപ്പെടുത്തി. അമ്മായി ചെയ്തത് തെറ്റോ ശരിയോ? ധർമ്മത്തിന്റെ നൂൽ പാതയിലൂടെ നടക്കുമ്പോൾ ചില തെറ്റുകൾ നന്മയാകാറുണ്ട്. ചില നന്മകൾ തെറ്റുകളും. ജീവൻ എന്ന നീതിക്കു മുന്നിൽ അമ്മായി ചെയ്തത് ശിരിയെന്ന് ഒപ്പുവെച്ചു. നീണ്ട ചിരിയോടെ ഞങ്ങൾ യാത്ര തുടർന്നു.

6. പ്രേതത്തിന്റെ കിനാവ്

അരമതിലിലെ തെങ്ങിനോടു ചേർന്ന് കെട്ടിയ തന്റെ ഫ്ലെക്സിന്റെ അരികിലിരിക്കുമ്പോൾ എന്തോരം കാഴ്ച്ചകളാണ് കണാൻ പറ്റുന്നത്! അത്ഭുതത്തോടെ അമ്മ ഓർത്തു. നടന്നു പോകുന്ന തന്റെ മകൻ. പശുക്കളുടെ പിന്നാലെ മീശപിരിച്ചു പോകുന്ന രവി. പൂച്ചയ്ക്ക് എന്നും മീൻ കൊടുക്കുന്ന മീൻകാരൻ ഉത്തമൻ. അതു കാണുമ്പോൾ മാത്രം അമ്മുമ്മയുടെ മോന്തായത്തിൽ ഇരുട്ടു വീഴും. തനിക്കു മാത്രം ഉത്തമൻ ഇന്നേവരെ ഒരു കഷണം മീൻ അധികം തന്നിട്ടില്ല. എന്തോരം സമയമാണ് വട്ടയിലയും കൈയിൽ പിടിച്ച് ഉത്തമന്റെ കൂകി വിളിക്കായി അരമതിലിൽ കാത്തിരിക്കാറുള്ളത്. ചെകിള പുരണ്ട നനഞ്ഞ പത്ത് രൂപാ നോട്ടുകൾ അയാളുടെ കൈയീന്ന് ബാക്കിയായി ഇഷ്ടക്കേടോടെ വാങ്ങിയിരിക്കുന്നു.

ഹാ... കാലമെത്ര വേഗമാണ് കറങ്ങിക്കൊണ്ടിരിക്കുന്നത്! രവി അഞ്ചാറു പശുക്കളെ അധികം വാങ്ങി. ഉത്തമൻ മീൻ വില്പന സൈക്കിളിൽ നിന്ന് പെട്ടി ഓട്ടോയിലേക്കു മാറ്റി. ഇപ്പോൾ തന്റെ മകന്റെ കൂടെ നടക്കാൻ ഒരുപാടു ആളുകളുമായി. ചിന്താവിഷ്ടയായ അമ്മുമ്മ അപ്പോഴാണ് ആ കാഴ്ച കണ്ടത്. തന്റെ ഫ്ലെക്സിലെ ഫോട്ടോയിൽ ഒരു വലിയ തുള! സുന്ദരമായ നെറ്റിയിൽ തുള വീഴ്ത്തിയ കുരുത്തം കെട്ട പിള്ളേരെ അമ്മുമ്മ പ്രാകി.

അമ്മുമ്മയുടെ ജീവിതത്തിലെ ഏറ്റവും വലിയ ആഗ്രഹമായിരുന്നു ഒരു ഫോട്ടോ എടുക്കണമെന്നുള്ളത്. തോട്ടുംകരയിൽ ആദ്യമായി സ്റ്റുഡിയോ വന്നപ്പോൾ മുതൽ അമ്മുമ്മ തന്റെ ഭർത്താവ് കേശവനോട് ഒരായിരം തവണ പറഞ്ഞിട്ടുണ്ട് ചിരിച്ചു കൊണ്ടിരിക്കുന്ന ഒരു ഫോട്ടോ വേണമെന്ന്. അപ്പോഴൊക്കെ കേശവൻ കള്ളച്ചിരിയോടെ ചോദിക്കും "എന്റെ കുട്ടിപ്പെണ്ണിന് എന്തിനാ ഇപ്പോൾ ഫോട്ടോ?"

"അത്... ഞാൻ പ്രായമാകുമ്പോൾ കാണാനാ. ചെറുപ്പത്തിൽ എങ്ങനെ ആയിരുന്നെന്ന് അറിയാല്ലോ."

കുട്ടിപ്പെണ്ണിന്റെ മറുപടി കേട്ട് പിന്നെയും കേശവൻ കള്ളച്ചിരിയോടെ പറഞ്ഞു, "കുട്ടിപ്പെണ്ണ് എപ്പോഴും കുട്ടിയല്ലേ? പ്രായമാകുമ്പോഴും ഇങ്ങനെ തന്നെയിരിക്കും." ജീവിതത്തിന്റെ പ്രാരബ്ധത്തിൽ കുട്ടിപ്പെണ്ണ് ആഗ്രഹങ്ങളെ മറന്നു പോയിരുന്നു. കാലങ്ങൾക്കിപ്പുറം ആഗ്രഹ സാഫല്യമെന്നോണം ഫോട്ടോ ഫ്ലെക്സിൽ നിറഞ്ഞു നിൽക്കുന്നു! അലങ്കാരമെന്നോണം കുറേ പൂക്കളും ചില അക്ഷരങ്ങളും. മലയാളം വായിക്കാൻ അറിയാത്തതു കൊണ്ട് എത്ര സൂക്ഷിച്ചു നോക്കിയിട്ടും മനസ്സിലായില്ല. ഓർമ്മകളുടെ കയങ്ങളിൽ മുങ്ങിപ്പൊങ്ങി സങ്കടത്തോടെയിരുന്ന് നെറ്റിയിൽ തുള വീണത് എങ്ങനെയെന്ന് ആലോചിച്ചു.

നട്ടുച്ചയുടെ തീക്ഷ്ണമായ ചൂട് അവരുടെ ചുക്കിച്ചുളിഞ്ഞ നെറ്റിയിൽ ചുംബിച്ച് മണ്ണിലേക്ക് നിലം പതിച്ചു. കുട്ടിപ്പെണ്ണ് അതിന്റെ തീവ്രത അറിഞ്ഞില്ല. മെല്ലെ മെല്ലെ അരമതിലിൽ നിന്നെഴുന്നേറ്റ് ജോസഫിന്റെ കടയിലേക്കു നടന്നു. ചില്ലലമാരയിൽ ചിരിച്ചു കൊണ്ടിരുന്ന പലഹാരങ്ങളോട് ആഗ്രഹം തോന്നി. ഈയിടെയായി വിശപ്പ് തീരെയില്ല. അവരുടെ തിമിരം ബാധിച്ച കണ്ണുകൾ ഭിത്തിയിലും മേശയിലും മറ്റും എന്തോ പരതുന്നുണ്ടായിരുന്നു. "എനിക്കൊരു പേപ്പറും പശയും വേണം. ഫ്ലെക്സിലെ തുളയിൽ ഒട്ടിക്കാനാ കുഞ്ഞേ... ഒന്നു വേഗമെടുക്ക്."

അവർ ആവർത്തിച്ച് ചോദിച്ചിട്ടും അതു ശ്രദ്ധിക്കാതെ ജോസഫ് കടയിലെ സാധനങ്ങൾ അടുക്കി വെച്ചു കൊണ്ടു നിന്നു. സഹികെട്ട് അവർ പതുക്കെ കടയിൽ കയറി പേപ്പറും പശയും എടുക്കാൻ ശ്രമിച്ചു. പക്ഷേ അവർക്കതിൽ തൊടാൻ കഴിഞ്ഞില്ല. എന്തുകൊണ്ട് കഴിയുന്നില്ല എന്നു ചിന്തിച്ച് അവർ നിരാശയോടെ മടങ്ങി അരമതിലിൽ ഇരിപ്പുറപ്പിച്ചു.

ഉച്ചവെയിൽ മങ്ങി. സായാഹ്ന തിരക്കുകളിൽ ഏർപ്പെട്ട് എല്ലാവരും അവരവരുടെ വീട്ടിൽ ചേക്കേറി. അമ്മുമ്മയ്ക്കു മാത്രം ചെന്നു കേറാൻ ഇടമില്ലായിരുന്നു. നിസ്സഹായതയിലിരുന്നു കൊണ്ട് അവർ ആ കാഴ്ച കണ്ടു. ഒരു കൂട്ടം യുവാക്കൾ ഫ്ലെക്സിനു നേരെ നിശ്ചയദാർഢ്യത്തോടെ നടന്നു വരുന്നു.

കൈകളിൽ കത്തിയുണ്ട്. മിനുസമുള്ള മഞ്ഞ കയറുകൾക്കു മീതെ എന്തോ ഒന്ന് മടക്കി വെച്ചിരിക്കുന്നു. ഇരുണ്ടു മെലിഞ്ഞ ഒരു മീശക്കാരൻ അമ്മുമ്മയുടെ അടുത്തു വന്നിരുന്നു.

അയാൾ ചെറുപ്പക്കാർക്ക് ആവശ്യമായ നിർദ്ദേശങ്ങൾ കൊടുത്തു കൊണ്ടിരുന്നു. "ഹേ... സന്ദീപ്, നീ തെങ്ങിൽ ശ്രദ്ധിച്ചു കയറണേ. ദീപൂ, ആ കത്തി കൊണ്ട് കയറ് അറുത്ത് ഇട്ടേരെ. എന്നിട്ട് ഇതങ്ങോട്ട് വലിച്ചു കെട്ട്."

കാഴ്ച മങ്ങിയതാണോ എന്നു ശങ്കിച്ച് സായാഹ്നത്തിലെ അവസാന രശ്മികളിലൂടെ അമ്മുമ്മ സൂക്ഷ്മനിരീക്ഷണം നടത്തി. അതെ... തന്റെ ഫോട്ടോ കാണുന്നില്ല. അതിന്റെ സ്ഥാനത്ത് പുതിയ ഫോട്ടോ. പുതിയ എന്തോ എഴുത്തുകൾ. അല്ലേലും അങ്ങനെയാണല്ലോ, കാലങ്ങളും കാര്യങ്ങളും മാറി മാറി വരുമ്പോൾ മുൻഗണനകൾക്കു മാറ്റമുണ്ടാവുക എന്നത് പ്രപഞ്ച സത്യം. അമ്മുമ്മയുടെ ഫോട്ടോ ചുരുട്ടിക്കളയുന്ന വെപ്രാളത്തിൽ അമ്മുമ്മയുടെ നിലവിളിയും തെങ്ങിൽ നിന്ന് ശബ്ദത്തോടെ പതിച്ച പച്ചത്തേങ്ങയും ആരും കാണാതെ, കേൾക്കാതെ പോയി.

7. ഓസ്കാറിന്റെ ഏഴ ദിനങ്ങൾ

നോമിനേഷൻ പരിഗണിച്ചപ്പോൾ ഒന്നിനൊന്നു മികച്ച ചിത്രങ്ങൾ. കമ്മറ്റിയംഗങ്ങൾ ആശയക്കുഴപ്പത്തിലായി. പച്ചയായ ജീവിത യാഥാർത്ഥ്യത്തിന്റെ ചിത്രങ്ങൾ. ചില്ലലമാരയിലെ ഉണ്ണിയപ്പങ്ങളിൽ പഴകിയത് പെറുക്കിക്കളയാൻ കടക്കാരൻ കഷ്ടപ്പെടുന്നതു പോലെയുള്ള ആശയക്കുഴപ്പം.

വേട്ടയാടപ്പെടുന്ന കലമാന്റെ കണ്ണിലെ ഭയവും കുത്തൊഴുക്കിൽ പങ്കായം നഷ്ടപ്പെട്ട തോണിക്കാരന്റെ ഭയവും ഒന്നാണെന്നു തിരിച്ചറിയും വിധത്തിലുള്ള ധാരാളം ചിത്രങ്ങൾ. ഓസ്കാറിന്റെ ഒന്നാം ദിനത്തിലെ വിശാലമായ ചർച്ചയ്ക്കൊടുവിൽ അവർ കണ്ടെത്തി ഒറ്റപ്പെടലാണ് മരണത്തെക്കാൾ വലിയ ശിക്ഷ എന്നത്.

കൂട്ടത്തിൽ അഞ്ചാറു നല്ല തീമുകൾ തിരഞ്ഞെടുക്കപ്പെട്ടു. ബാക്കി ചർച്ച രണ്ടാം ദിവസത്തിലേക്കു മാറ്റിവെച്ചു. ഉറങ്ങാൻ കിടക്കുമ്പോഴും അവരുടെ ചിന്ത ഏറ്റവും മികച്ചത് എതെന്നുള്ളതായിരുന്നു. അർഹതയ്ക്ക് അംഗീകാരം കിട്ടണമെന്നാണല്ലോ. പതിവു പോലെ രണ്ടാം ദിന ചർച്ചയിലേക്ക് കമ്മറ്റി അംഗങ്ങൾ കടന്നു.

"ചിറകുകളുള്ള പെൺകുട്ടി" എന്ന ആനിമേഷൻ ചിത്രത്തിലൂടായിരുന്നു അവരുടെ ദൃഷ്ടി കടന്നുപോയത്. പെട്ടെന്നൊരു ദിവസം ചിറകുകൾ നഷ്ടപ്പെട്ട് പറക്കാൻ കഴിയാതെ പോയ പെൺകുട്ടിയുടെ കഥ. ചിതൽ തിന്ന് മരണത്തിലേക്കു പോയവൾക്ക് മാലാഖ ചിറകുകൾ നെയ്തു കൊടുത്ത കഥ. പ്രതീക്ഷയാണ് ചിറകുകൾ എന്നാഞ്ഞടിച്ചു കൊണ്ട് അവൾ ആകാശത്തേക്കു പറന്നുപൊങ്ങിയ കഥ. രണ്ടാം ദിനം മഹത്തായ സന്ദേശം കൊണ്ട് കടന്നുപോയി.

അങ്കലാപ്പോടെയുള്ള മൂന്നാം ദിനത്തിന്റെ മദ്ധ്യത്തിൽ അവർ കണ്ടെത്തി. കാഴ്ചയിൽ മോശമെന്നു തോന്നുന്നുവെ

ങ്കിലും ഒരു വലിയ തീമുമാമായി ഒളിച്ചിരിക്കുന്ന വേശ്യയുടെ കഥ. സമൂഹം തന്നെ വേശ്യയാക്കിയ കഥ. വിശപ്പിന്റെ പേരിൽ വേശ്യയാക്കപ്പെട്ട കഥ. സാഹചര്യമാണ് മനുഷ്യന്റെ ഏറ്റവും വലിയ ശത്രുവെന്നും മിത്രമെന്നും ഒരുപോലെ പ്രസ്താവിക്കുന്ന കഥ. പുറംമോടി കണ്ട് ഒന്നിനെയും വിലയിരുത്തരുത് എന്ന് ഉറക്കെ പറയുന്നു കഥ. അതും ലിസ്റ്റിൽ പരിഗണിക്കപ്പെട്ടു. പല പല അഭിപ്രായങ്ങൾക്കൊടുവിൽ കുറേ ആളുകൾ ആ സെലക്ഷനെ എതിർത്തു. എന്നാൽ മറ്റു ചിലർ സമകാലിക പ്രസക്തി ഉൾക്കൊണ്ട് അതിനു വേണ്ടി വാദിച്ചു. അന്ന് എല്ലാവരും അതൃപ്തിയോടെയാണു പിരിഞ്ഞത്. വേശ്യാസമൂഹത്തെ അംഗീകരിക്കുന്നതിലുള്ള ഞാവൽ ചവർപ്പ് ചിലരിൽ കാണാൻ സാധിച്ചു. എങ്കിലും ആ തിരഞ്ഞെടുപ്പും വിജയത്തിൽ കലാശിച്ചു.

നാലാം ദിനത്തിന്റെ നെറുകെയിൽ നിന്നടർന്നു വീഴുന്ന ഓരോ ദളത്തിനും ഇലഞ്ഞിപ്പൂവിന്റെ ഗന്ധത്തെ കവച്ചു കൊണ്ടാണ് അത് ചിമ്മിനിയിലൂടെ പറന്നുപൊങ്ങിയത്. മാതാവാണ് ഈ ഭൂമിയിലെ ഏറ്റവും വലിയ ത്യാഗമെന്നും അതിന്റെ സുഗന്ധമാണ് വരട്ടിയ മീൻകറിയുടെയും ചെമ്മീൻ കറിയുടെയും ബിരിയാണിയുടെയും മണമായി ചിമ്മിനിയിലൂടെ പുറത്തേക്കു പോകുന്നതെന്നും തിരിച്ചറിയേണ്ടുന്ന ഒരു കഥ പറയുന്ന ചിത്രം. ആ ദിവസത്തെ കൈയടി മൊത്തം വാങ്ങിയ സെലക്ഷൻ ത്യാഗമാണ് ഭൂമിയിലെ ഏറ്റവും മനോഹരമായ അനുഭൂതി എന്നു പറയും പോലെ തോന്നിപ്പിക്കുന്ന കഥ.

അഞ്ചാം ദിവസത്തിന്റെ ഒടുവിൽ അവർ കണ്ടെത്തിയ ചിത്രവും ഒട്ടും പിന്നിലല്ല. മതിലുകൾ കെട്ടി അതിർത്തി തിരിക്കുന്ന ജനതയുടെ കഥ. തന്റേതു മാത്രമാണീ ലോകം എന്നു ഭാവിക്കുന്ന ജനത കൊണ്ടുപോയ ആറടി മണ്ണിന്റെ കഥ. ഭൂമിയുടെ അവകാശികൾ ഞാനോ നീയോ അല്ല. പാരമ്പര്യമായി കൈമാറി വരുന്ന ഒരു ദാനം മാത്രമാണതെന്ന് പറഞ്ഞു തരുന്ന കഥ.

സെലക്ഷന്റെ ആറാം ദിവസത്തിൽ ആറാമാലിക്കു കുത്തേറ്റ ആറു വയസ്സുകാരന്റെ കഥയാണു കണ്ടെത്തിയത്. വഴക്കിനിടയിൽ കൈയബദ്ധത്തിൽ കുത്തേറ്റ പിഞ്ചു ബാല്യത്തിന്റെ ചുവടു വെയ്പിന്റെ കഥ. ആയുധം അശ്രദ്ധയാണെന്നും ജീവിതത്തിന്റെ ശരിയായ ദിശയെ ശ്രദ്ധക്കുറവിന്റെ പേരിൽ വഴി തിരിച്ചു വിടുമെന്നും പഠിപ്പിക്കുന്നു. ഒരു വ്യക്തിയോടും പ്രതികാരം ചെയ്യാൻ നാം അർഹരല്ല എന്നും കാലമാണ് ഏറ്റവും വലിയ

പ്രതികാരമെന്നും വിളിച്ചോതുന്ന കഥ.

സമാപനത്തിന്റെ അവസാന നെടുവീർപ്പിൽ തിരഞ്ഞെടുത്ത രണ്ടു മൂന്ന് കഥകളുമായി അംഗങ്ങൾ ഒത്തുകൂടി. പച്ചയായ ജീവിതവും സന്ദേശങ്ങളും പരസ്പരം പോരിനിറങ്ങുമ്പോൾ ആരു ജയിക്കുമെന്ന അങ്കലാപ്പോടെ ഓരോ പ്രേക്ഷകനും ഉറ്റുനോക്കി. വ്യത്യസ്തമായ അഭിനയ മികവു കൊണ്ടും ഓരോ ചിത്രവും തമ്മിൽത്തല്ലിക്കൊണ്ടിരിക്കുമ്പോൾ ആരാകും ഏറ്റവും മികച്ച നടൻ? ഏതാകും മികച്ച ചിത്രം?

ആരവത്തോടെ സദസ്സുകളൊരുങ്ങി. ആകാംക്ഷയോടെ നയനങ്ങളൊരുങ്ങി. ഫലപ്രഖ്യാപനം എന്ന മഹാദൗത്യം നാട്ടുകാരും വീട്ടുകാരും പ്രഖ്യാപിച്ചു തുടങ്ങി.

അതെ... നിങ്ങളാണ് മികച്ച നടൻ. നിങ്ങൾ ഓരോരുത്തരുമാണ്. ചിന്തിച്ചു നോക്കുക. കഥയുടെ മികവു കൊണ്ടും അഭിനയ മികവു കൊണ്ടും നിങ്ങൾ ഓരോ വ്യക്തിയും ഏറ്റവും മികച്ച ചിത്രമാണ്. വ്യത്യസ്തമായ ഒരുപാട് കഥകൾ പറയുന്ന ഓരോ വ്യക്തിയുടെയും മികച്ച സിനിമ നിങ്ങൾ തന്നെയാണ്.

8. പണ്ടൊരു നാൾ

രാത്രികൾക്ക് കനത്ത ഇരുട്ടും പകലുകൾക്ക് തൂവെള്ള വെളിച്ചവുമാണെന്ന ശാസ്ത്രത്തിന്റെ കണ്ടെത്തലുകളെ തെറ്റിക്കുന്നതായിരുന്നു ശുക്കൂറും ദാസനുമുൾപ്പെടുന്ന ഒരു കൂട്ടമാളുകളുടെ വേറിട്ടുള്ള സ്വരങ്ങളുടെ സംഗമ വേദികൾ. സംഘടനാ വേദിയുടെയോ പ്രവർത്തകരുടെയോ കഥപറയാൻ പോവുകയാണെന്നു തോന്നുന്നുണ്ടെങ്കിൽ തെറ്റി. ഈ സ്വരങ്ങളുടെ ആഴമറിയണമെങ്കിൽ ജീവിതം കൂടുതൽ പഠിക്കാനിരിക്കുന്നു. ഇത്രയും പറഞ്ഞു കൊണ്ട് എന്റെ വാക്കുകൾ ചുരുക്കുന്നു. നന്ദി... നമസ്കാരം. സ്റ്റേജിലെ പ്രൗഢ ഗംഭീരമായ ആശംസാ പ്രസംഗത്തിന്റെ അവസാന വാക്കുകൾ ചുറ്റും കൂടിയവരെ ആവേശഭരിതാരാക്കി.

അനാഥത്വം പേറിയ ബാല്യത്തിന്റെയും പ്രാരബ്ധം പേറിയ ബാല്യത്തിന്റെയും അനുഭവങ്ങളുടെ സങ്കലനത്തിൽ നിന്ന് ഉടലെടുത്ത ശക്തിയാണ് ഇന്ന് കുന്നിക്കവല ഗ്രാമ പഞ്ചായത്തിന്റെ നട്ടെല്ലെന്നു പറയാം. 1970-ൽ കിഴക്കൻ നാട്ടിലുണ്ടായ ഉരുൾപൊട്ടലിൽ നിന്ന് അഭയം തേടി ഒരു കൂട്ടമാളുകൾ കുന്നിക്കവലയിലേക്കു താമസം മാറി. വിരുന്നുകാരെ സ്വീകരിക്കാൻ എന്നും ഉത്സാഹമായിരുന കുന്നിക്കവലക്കാരുമായി പെട്ടെന്നാണ് ബീരാനിക്കായും കുടുംബവും അടുത്തത്. കവലയുടെ മദ്ധ്യഭാഗത്ത് വീടിനോടു ചേർന്ന് ചായക്കടയിട്ട് സൂറാബീവിയും ബീരാൻ പണിക്കരും കുടുംബത്തിലെ പന്ത്രണ്ട് അംഗങ്ങളെയും പൊന്നുപോലെ നോക്കി. നാട്ടു വർത്തമാനങ്ങളും വിശേഷങ്ങളും വേഗത്തിൽ പരത്താൻ അത്യുജ്ജ്വലമായ കഴിവ് സൂറാബീവിക്കുണ്ട്. അതിന്റെ പേരിൽ നാട്ടുകാർക്കിടയിൽ ബീരാൻ പണിക്കരോട് ഇഷ്ടക്കുറവുണ്ട്.

ചായക്കടയിലെ വരുമാനം കുറയാൻ തുടങ്ങി. എന്നിട്ടും കടയടയ്ക്കില്ലെന്ന് സൂറാബീവി ശപഥമെടുത്ത് ജീവിതം മുന്നോ

ട്ടു കൊണ്ടുപോയി. "നിന്റെ നിയോഗം വലുതാണെങ്കിൽ നിന ക്കുള്ള പ്രതിസന്ധികളും വലുതായിരിക്കും" ബീരാൻ പണിക്കർ കുട്ടികളോടും നാട്ടുകാരോടും പറയാറുള്ള സ്ഥിരം വർത്തമാനം. ഇതു കേൾക്കുമ്പോൾ മകൻ ശുക്കൂറും മറ്റു കുട്ടികളും വിചാരി ക്കും ജീവിതത്തിന്റെ നിയോഗം വളരെ വലുതാണെന്ന്. വിശപ്പെ ന്ന കഠിന പ്രതിസന്ധിയോളം വലുത് വേറെന്താണ്?

പട്ടിണി പല വേഷപ്പകർച്ചയിൽ ആറാടിക്കൊണ്ടിരിക്കു മ്പോൾ ശുക്കൂർ ഉൾപ്പെടുന്ന കുട്ടിക്കൂട്ടങ്ങൾ പല രൂപത്തിലും ഭാവത്തിലും വന്ന് പീടികയുടെ ചില്ലലമാരിയിൽ നിന്ന് പലഹാ രം മോഷ്ടിച്ച് പങ്കു വെച്ചു. ഇതു കണ്ടുപിടിച്ച ബീരാൻ ഒന്നുമ റിയാത്ത പോലെ കണ്ണടച്ചു. കാരണം അയാൾക്കറിയാം അവി ടത്തെ പട്ടിണിയുടെ തീവ്രത.

കൂത്താട്ടുകാവിലെ ഉത്സവം കുന്നിക്കവലയിൽ നടന്നു. നാലു വർഷത്തിലൊരിക്കൽ നടക്കുന്ന ഉത്സവം കുന്നിക്കവ ലയിലെ കച്ചവടത്തിന്റെ നൂതന സാധ്യകളുടെ വഴി തുറക്കും. പത്തു ദിവസം നീളുന്ന ഉത്സവം കഴിയുമ്പോൾ കുറേ കച്ചവ ടക്കാർ വിദേശത്തേക്കു പോകും. ചിലർ കുന്നിക്കവലയിലെ മണ്ണിൽ ആഴ്ന്നിറങ്ങി തമ്പടിക്കും. അങ്ങനെ വന്നതാണ് ലോ ട്ടറി കച്ചവടക്കാരൻ പത്രോസും കറിച്ചട്ടി കച്ചവടക്കാരൻ സക്ക റിയയും വളക്കച്ചവടക്കാരി ദീനാമ്മയും. അവരെയും കുന്നിക്ക വലക്കാർ സ്വീകരിച്ചു. ദാസനെയും. ഉത്സവം കഴിഞ്ഞ് ദാസനെ ആളുകൾ കണ്ടെത്തിയത് സൂറാബീവിയുടെ പീടികയിൽ നിന്നാ ണ്. ബോധമില്ലാതെ തളർന്നുറങ്ങുന്ന ദാസനെ ബീരാൻ പണി ക്കർ ഒരു ഗ്ലാസ്സ് ചായയുമായി കടയിലേക്ക് സ്വാഗതം ചെയ്തു. അവന്റെ ചുറ്റും കൂടിയ ആളുകൾ ദാസനോട് എന്തൊക്കെയോ ചോദിച്ചു.

ഭാഷ മനസ്സിലാകാതെ പരുങ്ങി നിന്ന ദാസൻ ബീരാൻ പണിക്കരുടെ കൈയിൽ നിന്ന് ചായ വാങ്ങി ആർത്തിയോടെ കുടിച്ചു. വിശപ്പിനും ഭക്ഷണത്തിനും ഭാഷയില്ലല്ലോ. ചുറ്റും കൂടി നിന്നവർ അവർക്കറിയാവുന്ന ഭാഷകൾ പയറ്റി വീമ്പു കാണി ച്ചു. ഒടുവിൽ രാമനായക പോറ്റിയുടെ കൊങ്ങിണി ദാസനെ തള ച്ചു. ദാസൻ അനാഥനാണെന്നും ഉത്സവത്തിനു വന്ന നാടോടി കച്ചവടക്കാരുടെ കൂടെ വന്നതാണെന്നും അവർ തന്നെ ഉപേ ക്ഷിച്ചു പോയതാണെന്നും. കണ്ണുകൾ അനുകമ്പയോടെ ദാസ നിൽ തറച്ചു. കാര്യമൊന്നും ശ്രദ്ധിക്കാതെ മറുവശത്ത് കാൽ

പ്പന്തുകളിച്ചു കൊണ്ടിരുന്ന ശുക്കൂർ ടീമിൽ എണ്ണം കൂട്ടാനായി ആവേശത്തോടെ ഓടി വന്ന് ദാസന്റെ കൈ പിടിച്ച് കളിസ്ഥല ത്തേക്കു കൊണ്ടുപോയി.

ആളും തരവും ജാതിയും ഭാഷയും മതവും നിറവും നോ ക്കാതെ മനുഷ്യർ എന്ന മുഖവുരയോടെ ആളുകളെ ചേർത്തു പിടിക്കാനുള്ളതാണെന്ന് പതിനാലുകാരനായ ശുക്കൂർ കുന്നി ക്കവലയെ പഠിപ്പിച്ചു. ദാസൻ കുന്നിക്കവലയുടെ ദത്തുപുത്ര നായി. താമസം രാമനായകൻ പോറ്റിയുടെ വീട്ടിൽ. ഭക്ഷണം ബീരാൻ പണിക്കരുടെ പീടികയിൽ നിന്ന്. തയ്യൽക്കട നടത്തു ന്ന സോമൻ വരെ ആഴ്ചയിൽ ഒരുടുപ്പ് ദാസനു നൽകി. ഓരോ അണുകുടുംബത്തെ കാണുമ്പോൾ ദാസന്റെ ഉള്ള് പിടയ്ക്കും. കണ്ണുകൾ കലങ്ങും. ശബ്ദമിടറും. അസൂയയോടെ, നിറഞ്ഞ കണ്ണുകളോടെ ദാസൻ നോക്കി നിന്നിട്ട് വഴിയകലും. അനാഥ ചെക്കൻ, നാടോടിച്ചെക്കൻ, കൊങ്ങിണിക്കോലൻ എന്നൊ ക്കെ ഗ്രാമത്തിന്റെ പല ഭാഗത്തു നിന്നും ചിലപ്പോൾ പരിഹാസ ങ്ങൾ പൊന്തി വരുമ്പോൾ അവന്റെ ഉള്ളു പിടയും. കണ്ണുകൾ ചുവക്കും. ദേഹമാകെ തളരുന്ന പോലെ തോന്നും. ശബ്ദം പു റത്തുവരാതെ ശ്വാസം മുട്ടും. അപ്പോഴൊക്കെ അവനോടി മുള ങ്കാടുകളിൽ മറയും. കാടിനടുത്തുള്ള പാറക്കെട്ടിൽ പോയിരു ന്ന് കരയും.

ദാസൻ നേരിടുന്ന മാനസിക സംഘർഷങ്ങൾ ആരുമറി ഞ്ഞില്ല. ഒരു ദിവസം പാറമുകളിലിരുന്ന് കരയുന്ന ദാസനോട് ശുക്കൂർ പറഞ്ഞു, "നിന്റെ കണ്ണു നിറയാൻ കാരണക്കാർ ആരാ യാലും അവരെ ഒരു പാഠം പഠിപ്പിക്കും. നീ വിഷമിക്കണ്ട. നിന്റെ കൂടെ ഞാനുണ്ട്." നീ സഹിക്കുന്നത് അനാഥത്വം പേറിയ ജീവി തത്തിന്റെ സംഘർഷങ്ങളാണ്. ഞാൻ പ്രാരബ്ധം പേറിയ ജീവി തത്തിന്റെയും. രണ്ടു ദിവസത്തിനകം ഞാനീ നാട്ടിൽ നിന്ന് മൂ ത്താപ്പാന്റെ കൂടെ പോകും. മുളങ്കാടുകൾക്കും പീരാൻമേടുകൾ ക്കും അപ്പുറം കാൽപ്പന്തുകളിക്കാൻ ആരുമുണ്ടാകില്ല. മൂത്താ പ്പയുടെ കൂടെ ഏതോ ഒരു പണി.

ഉപ്പയ്ക്ക് തീരെ വയ്യ. കുടുംബത്തിൽ എല്ലാവരും ഒരു നേരമേ കഞ്ഞി കുടിക്കാറുള്ളു. ഇളയവരൊക്കെ വിശക്കുന്നു എന്നു പറയാൻ മാത്രമേ വായ തുറക്കാറുള്ളു. ഇനിയും ഞാ നെന്തെങ്കിലും ചെയ്തില്ലെങ്കിൽ പട്ടിണി കിടന്ന് എല്ലാവരും മരി ക്കും. ഞാനെന്റെ ബാല്യം പണയപ്പെടുത്തി പോവുകയാണ്."

ശുക്കൂറിന്റെ കണ്ണ് നിറഞ്ഞു. "ശുക്കൂറേ നിനക്കൊപ്പം ഞാനും വരട്ടെ? എനിക്ക് അനുവാദം ചോദിക്കാൻ ആരുമില്ല." ദാസന്റെ പറച്ചിൽ കേട്ട ശുക്കൂർ സങ്കടത്തോടെ പറഞ്ഞു, "വേണ്ട ദാസാ, നീ ഈ നാടിനു കിട്ടിയ സമ്മാനമാണ്. നീ ഇവിടെത്തന്നെ വേണം. എന്റെ കുടുംബത്തിലെ ശുക്കൂറായി നീ വേണം. ഇവരെ നിന്നെ ഏല്പിക്കുകയാണ്."

കുന്നിക്കവലയിലെ ഋതുക്കൾ മാറി മാറി വന്നു. സൂറാബീവിയുടെ കട നിന്നിടത്ത് ഇപ്പോൾ പഞ്ചായത്താഫീസാണ്. മുളങ്കാടുകൾ മാറി പാതകളായി. പീരാൻമേട്ടിലെ മഹാഗണികൾ ഇരുപതു തവണ ഇല പൊഴിച്ചു. കുന്നിക്കവലയിലെ ഒരു വീടിനെ മാത്രം ലക്ഷ്യം വെച്ച് ശങ്കരൻ പോസ്റ്റുമാൻ മാസത്തിൽ രണ്ടു തവണ വന്നു. മണിയോർഡറുമായി പീരാൻമേട് കയറിയിറങ്ങി ബീരാൻ പണിക്കരുടെ വീട്ടിലെത്തി. വികസനത്തിന്റെ പാതയിലൂടെ, ദാസന്റെ നേതൃത്വത്തിൽ കുന്നിക്കല വളർന്നു. ദാസൻ ഒരു പൊതുപ്രവർത്തകനാണ്. വേർതിരിവുകൾക്കും അനീതിക്കുമെതിരെ പോരാടുന്ന ദാസൻ.

കുന്നിക്കവല പഞ്ചായത്തിൽ വികസന ലക്ഷ്യത്തിൽ വെള്ളക്കമ്പനികൾക്ക് തുടക്കം കുറിച്ചു. അവിടത്തെ ജല സ്രോതസ്സുകളിൽ വിഷാംശം കലർന്നു തുടങ്ങി. തോട്ടംപുഴയിലെ മീനുകൾ ചത്തുപൊങ്ങിയപ്പോഴാണ് ദാസൻ ഇതിന്റെ ചതി മനസ്സിലാക്കുന്നത്. ആളുകളെ സംഘടിപ്പിച്ച് ദാസൻ സമരങ്ങളും പ്രകടനങ്ങളും നടത്തിയെങ്കിലും പിടിപാടുള്ള കമ്പനികൾ എല്ലാം അടിച്ചമർത്തി. നാടിന്റെ അവസ്ഥ ശോചനീയമായി. ഒരു ദിവസം കമ്പനിയുടെ മുന്നിൽ ഒരു നീലക്കാർ വന്നു നിന്നു. കാറിൽ നിന്ന് ഉയരമുള്ള ഒരാൾ വെള്ള കളസവുമിട്ട് ഇറങ്ങി കമ്പനിക്കാരോട് എന്തോ സംസാരിച്ചു. അടുത്ത നിമിഷം കമ്പനി പൂട്ടിക്കെട്ടി ഉടമസ്ഥൻ ക്ഷമ പറഞ്ഞ് അവിടെ നിന്നിറങ്ങിയോടി. പിറ്റേന്ന് വെള്ള കളസക്കാരന്റെ സ്ഥാനം ദാസനോടൊപ്പം കുന്നിക്കവലയിലെ പൊതുയോഗത്തിന്റെ വേദിയായിരുന്നു.

അതെ... പതിമൂന്നാം വയസ്സിൽ കൂട്ടുകെട്ടിയ ആ സൗഹൃദത്തിന്റെ ചങ്ങല മുപ്പതു നാല്പതു വയസ്സായിട്ടു പോലും തുരുമ്പിക്കാതെ നിലനിൽക്കുന്നു. ആഗോള വെള്ളവിതരണ കമ്പനികളുടെ ഉടമസ്ഥനായ ശുക്കൂർ കുന്നിക്കവലയുടെ പാഠങ്ങൾ മറന്നിട്ടില്ല.

9. ചാപ്രയിൽ നിന്ന്

"മുഹമ്മദേ, ഇജ്ജ് കൈയ്യ് നീട്ടെടാ നിന്റടുത്ത് എത്ര തവണ പറഞ്ഞതാ അക്ഷരം പഠിക്കണമന്ന്. നിന്നെക്കൊണ്ട് ഞാൻ തോറ്റു. ഇജ്ജ് ഒരു കാലത്തും രക്ഷപെടില്ല." അദ്ധ്യാപിക ശപിച്ചു കൊണ്ട് അവന്റെ കുഞ്ഞു കൈത്തണ്ടയിൽ പാടുകൾ വീഴ്ത്തിക്കൊണ്ടിരുന്നു. അലർച്ചയുടെ അങ്ങേയറ്റത്തു കൂടെ ചീറിപ്പാഞ്ഞു വന്ന ശബ്ദം ചെന്നിടിച്ചു വീണത് അവന്റെ നെഞ്ചത്തായിരുന്നു. അടിയുടെ ആഘാതത്തിലാവണം അവൻ ടീച്ചറുടെ കൈയിൽ നിന്ന് ചൂരൽ തട്ടിയെടുത്ത് മുഴുവൻ അമർഷവുമെടുത്ത് കുത്തിയൊടിച്ച് ഹീറോ സ്റ്റൈലിൽ വിദ്യാഭ്യാസത്തിന്റെ തിരശ്ശീല താഴേക്ക് വലിച്ചിട്ടു. പഠിത്തം കൊണ്ട് രക്ഷപെടില്ലെന്ന് മനസ്സിലാക്കിയ മുഹമ്മദ് എക്കാലത്തെയും പ്രവണതയായ കച്ചവടത്തിലേക്കു തിരിയാൻ തീരുമാനിച്ചു.

കച്ചവടത്തിൽ മുടക്കാൻ അവന്റെ പക്കലുണ്ടായിരുന്നത് പത്തായത്തിൽ സൂക്ഷിച്ചു വെച്ച കുറേ കഷ്ടപ്പാടുകളും ദാരിദ്ര്യവുമായിരുന്നു. ദുരഭിമാനം മുൾകുത്തി വാഴുന്ന കുടുംബത്തിന്റെ അകത്തളത്തിലെ പട്ടിണി ആരും അറിഞ്ഞിരുന്നില്ല.

മുഹമ്മദ് ഒരു പിടി മണ്ണുവാരി മുറുകെപ്പിടിച്ച് ചെറിയ പ്രായത്തിൽ വലിയവനാകണമെന്നുറപ്പിച്ചു. ചുമട്ടു തൊഴിലാളിയായി യാത്ര തുടങ്ങി. ചുമടൊന്നിന് ഇരുപത്തിയഞ്ച് നാണയം എന്ന കണക്കിൽ മുഹമ്മദ് ദിവസം അഞ്ച് നാണയം വീതം അധികം സമ്പാദിക്കുമായിരുന്നു. മുഹമ്മദിന്റെ ആത്മാർത്ഥതയും വേഗതയും കാരണം മുതലാളിയുടെ കച്ചവടം പൊടി പൊടിച്ചു.

ക്രമേണ വീട്ടിലെ പട്ടിണി മാറി. മകന്റെ കൃത്യമായ ഇടപെടലുകൾ കണ്ട് മൈതീൻ കുട്ടി ഹാജിയുടെ മനസ്സു നിറഞ്ഞു. അക്കാലത്താണ് പാത്തുമ്മയെ കണ്ടുപിടിക്കുന്നതും അനാഥമായ ബാല്യത്തിന്റെ കഷ്ടപ്പാടുകൾ പേറിയ പാത്തുമ്മയെ തന്റെ ജീവിതത്തിലേക്കു ക്ഷണിക്കുന്നതും. അന്ന് മുഹമ്മദിനു

മാത്രമായി ആകെയുണ്ടായിരുന്നത് തന്റെ സമ്പാദ്യങ്ങൾ കൂട്ടിപ്പെറുക്കി വാങ്ങിയ പുരയിടവും നാലു തെങ്ങിൻ തൈകളുമായിരുന്നു.

ഇനിയെങ്കിലും തനിക്കു വേണ്ടി ജീവിക്കണമെന്നവൻ തീരുമാനിച്ചു. ഏതൊരു വിജയത്തിന്റെയും തോൽവിയുടെയും പിന്നിൽ ഒരു സ്ത്രീ കാണുമെന്നുള്ളത് ചരിത്രപരമായ സത്യമാണല്ലോ. മുഹമ്മദ് കച്ചവടത്തിന്റെ നൂലാമാലകളുടെ പടി ഒന്നുകൂടി മാറ്റിച്ചവുട്ടി. പണമെന്ന അക്രമ രാഷ്ട്രീയത്തെ സമാധാനത്തിന്റെ രാഷ്ട്രീയത്തിലേക്ക് അടുക്കി വെച്ചു.

കാലെടുത്തു വെച്ച പുതിയ മണ്ണിലേക്ക് ഊർന്നു വീഴുന്ന നാളീകേരത്തിന്റെ മുക്കണ്ണിലേക്ക് അവന്റെ ഇരട്ടക്കണ്ണുകൾ പതിഞ്ഞു. പിന്നെ നടന്നത് ഇരട്ടക്കണ്ണനും മുക്കണ്ണനും തമ്മിലുള്ള പോരാട്ടമായിരുന്നു. പറമ്പിൽ നിന്ന് ആദ്യം കിട്ടിയ അഞ്ച് നാളികേരം ചാക്കിലാക്കി മുഹമ്മദ് ചന്തയിലേക്കു പോയി അഞ്ചു രൂപ സമ്പാദിച്ചു. പതിയെപ്പതിയെ നാളീകേരത്തിന്റെ എണ്ണം കൂടി വന്നു. ക്രമേണ ഇരട്ടക്കണ്ണൻ പൂർണ്ണ ശക്തി ഉപയോഗിച്ച് മുക്കണ്ണന്റെ പള്ളയിലൂടെ വെട്ടുകത്തി കുത്തിയിറക്കി.

തൊണ്ടു മൂടിയ നാളീകേരം കൊപ്രയായി. തനിക്കു ചേരുന്ന കച്ചവടം മനസ്സിലാക്കിയ മുഹമ്മദ് ചാപ്ര കച്ചവടത്തിലേക്കു തിരിഞ്ഞു. കാലങ്ങൾ കടന്നുപോയി. ഓല മേഞ്ഞ പുര കോൺക്രീറ്റായി. അടുക്കളപ്പുരയിൽ ചെമ്പുപാത്രം നിറയെ കഞ്ഞി നിറഞ്ഞു. കാളവണ്ടികളും കൈവണ്ടികളും വീട്ടുമുറ്റത്ത് തമ്പടിച്ചു. പരസഹായിയായ മുഹമ്മദിനെ കാണാതെ ആ നാട്ടിലെ ഒരു ചാപ്രക്കച്ചവടവും കഴിഞ്ഞു പോകാറില്ല.

ഒരിക്കൽ ഒരു വണ്ടിക്കാരൻ മുഹമ്മദിന്റെ അടുത്തേക്ക് ഒരു വണ്ടി തേങ്ങ ചോദിച്ചു വന്നു. ദൂരെ നിന്നാണെന്നും കൈയിൽ പണമില്ലെന്നും ലോഡ് അങ്ങെത്തിയിട്ട് പണം തരാം എന്നും പറഞ്ഞ് അയാൾ മടങ്ങി. കൊപ്രാപ്പുരയുടെ തീയിൽ, പൊള്ളുന്ന ചൂടിൽ മുഹമ്മദ് ദൈവത്തിന്റെ പ്രകാശമായി പരിണമിച്ചു. താൻ പറ്റിക്കപ്പെടുകയാണെന്ന് സ്വയം വിധിയെഴുതിക്കൊണ്ട് ദാനശീലനായി മാറിയ മുഹമ്മദിന്റെ വലത്തേയറ്റത്തിരുന്ന മാലാഖ നന്മയുടെ കിത്താബിൽ ഒരു പോയിന്റ് കുറിച്ചു.

കാലങ്ങൾ പിന്നെയും കടന്നുപോയി. സമ്പാദ്യത്തിന്റെ കൊടുമുടികൾ ചാടിക്കയറുമ്പോഴും ഒപ്പമുണ്ടായിരുന്നവരെയും അയാൾ പിടിച്ചു കയറ്റി. പറ്റിക്കപ്പെടൽ എന്ന അക്രമ രാഷ്ട്രീ

യവും അയാളെ കീഴടക്കിക്കൊണ്ടിരുന്നു. അകത്തൂടൻ ചന്തയിലെ മുതലാളിയായി മാറിയ മുഹമ്മദിനെ എല്ലാവരും മുതലെടുത്തു. അപ്പോഴും മുഹമ്മദ് അഭിമാനത്തോടെ പറയും ഞാൻ പറ്റിക്കപ്പെട്ടിട്ടുണ്ടെന്ന്.

ക്രമേണ മുഹമ്മദിന് കുട്ടിയും കുടുംബവും കൊച്ചുമക്കളുമൊക്കെയായി. വാർദ്ധക്യത്തിന്റെ നെറുകെയിൽ കാൽ വെച്ചപ്പോൾ മുഹമ്മദ് ചാപ്രയിൽ നിന്നു വിരമിച്ച് ക്ഷീര കർഷകനായി. കച്ചവടമെന്നത് കണ്ണുനീരിന്റെ മുന്നിൽ ഒലിച്ചു പോയിക്കൂടാത്ത സാമ്രാജ്യമാണല്ലോ. മുഹമ്മദിനെ തേടി ഇവിടെയുമെത്തി പറ്റിക്കലിന്റെ രാഷ്ട്രീയം. പിന്നെത്തരാം എന്ന ഒറ്റവാക്കിന്റെ പേരിൽ ചോദിക്കുന്നവർക്കെല്ലാം രേഖകളൊന്നുമില്ലാതെ പണവും പശുക്കളും കടം കൊടുത്തു. മുഹമ്മദിന് ആവശ്യമായ സമയത്ത് പണം തിരികെ ചോദിക്കാൻ ചെല്ലുമ്പോൾ സഹതാപത്തിന്റെ രാഷ്ട്രീയം. അവരുടെയൊക്കെ വീടിന്റെ അവസ്ഥ കണ്ട് മുഹമ്മദ് കൊല്ലി സൈക്കിളിൽ വീട്ടിലേക്കു തിരിച്ചു പോകും. നെടുവീർപ്പിട്ട് മുഹമ്മദ് വീടിന്റെ ഉമ്മറപ്പടിയിൽ വന്നിരുന്ന് കിതയ്ക്കും. വീണ്ടും അരിവാളുമായി പുല്ലുചെത്താനിറങ്ങും.

എൺപതിന്റെ നിറവിൽ മുഹമ്മദ് നിൽക്കുമ്പോഴും തലയിലൂടെ പാഞ്ഞു പോകുന്ന ചിന്ത ഇന്ന് പശുവിന് പുല്ലറുത്തോ എന്നാണ്. "ഉപ്പ എന്തിനാ ഇങ്ങനെ എല്ലാവർക്കും കാശു കൊടുത്തിട്ട് പണിയെടുക്കുന്നത് ?" മക്കളുടെ സ്ഥിരം ചോദ്യത്തിന് മുഹമ്മദിന് എന്നും ഒരേ ഉത്തരം, " ഞാനുണ്ടാക്കിയ പൈസയല്ലേ എല്ലാവരും ജീവിക്കട്ടെ."

10. ചോറുരുള

"ബഷീറേ, ഇജ്ജിങ്ങനെ തിന്ന് പെരുവയറനാകാതെ... നിന്റെ സന്തൂക്ക് ചുമക്കുന്നവരുടെ തോളൊടിയും." ഹാസ്യം കലർന്ന വിഷത്തിന്റെ ഒരു പിടി ചോറ് അവന്റെ പാത്രത്തിലേക്ക് വല്യമ്മ വിളമ്പിക്കൊടുത്തു. ഒപ്പം നല്ല നാടൻ പുളിശ്ശേരിയും.

പുളിശ്ശേരിയുടെ ഒഴുക്ക് ചെന്നെത്തിയത് അവന്റെ ഹൃദയത്തിന്റെ നാലാമറയും തുരന്നായിരുന്നു. കണ്ണീന്നൊരു തുള്ളി പൊടിഞ്ഞെങ്കിലും വിശപ്പിന്റെ തീയിൽ അത് നീരാവിയായി പോയി. അനേകം ചിന്തകളിൽ മുഴുകി അവൻ ഓരോ ഉരുളയും പെറുക്കി തിന്നാൻ തുടങ്ങി. അപ്പോഴും മനസ്സ് അവനെ അലട്ടിക്കൊണ്ടിരുന്നു.

വിശന്നിട്ടല്ലേ ചോദിച്ചത്... ആഹാരമല്ലേ ചോദിച്ചത്... എന്തിനാ വല്യമ്മ ഇങ്ങനെ പറഞ്ഞത്. അന്നത്തിന്റെ കണക്കിന് എണ്ണം വയ്ക്കുമ്പോൾ പടച്ചോന്റെ കിത്താബിലെ കണക്കിന്റെ മാർക്ക് കുറഞ്ഞു കൊണ്ടിരിക്കും എന്നല്ലേ ഉസ്താദ് പറഞ്ഞിട്ടുള്ളത്?

വിശക്കുന്നവന് മനസ്സറിഞ്ഞ് അന്നം കൊടുക്കണമെന്നല്ലേ? അവന്റെ കുഞ്ഞു മനസ്സ് ഇങ്ങനെ ചിന്തിച്ചു കൊണ്ടിരുന്നു. അങ്ങനെയാണെങ്കിൽ വല്യമ്മയ്ക്ക് കിത്താബേ കാണില്ല.

ഒരു ചെറു പുഞ്ചിരിയോടെ അവൻ പാത്രം കാലിയാക്കി.

11. മീൻകറി

രാജ്യറാണി എക്സ്പ്രസ്സ് റയിൽവേ പാളത്തിന്റെ കല്ലുകൾ എണ്ണിക്കൊണ്ട് വടക്കോട്ട് ഓടി. ക്രോസ്സ് അടവ് എന്നൊരു കടമ്പയുള്ളതിനാൽ കിഴക്കുനിന്ന് പടിഞ്ഞാറോട്ടുള്ള യാത്രകൾക്ക് കാത്തിരിപ്പിന്റെ മണമുണ്ട്. അര നാഴികയ്ക്കു ശേഷം കാത്തിരിപ്പിന്റെ മണം ചിമ്മിനിയിലൂടെ മീൻകറിയുടെ മണമായി ഉയരാൻ തുടങ്ങി. മീൻകറിയുടെ അസാധ്യ മണം അയൽക്കാരുടെ മൂക്കിലൂടെ തുളച്ചുകയറി. മീൻ കറിയുടെ സൃഷ്ടാവിനെ തേടി ഓരോരുത്തർ വരാൻ തുടങ്ങി. "ആഹാ! ഇവിടാരോ പുതുതായി വന്നിട്ടുണ്ടല്ലോ.ആരാണത്?"

തൈരും ചമ്മന്തിയും എന്ന സ്ഥിര ഭക്ഷണത്തിൽ നിന്ന് മോചിപ്പിക്കാൻ ഒരു രക്ഷകയെത്തി. കുടംപുളിയിട്ട നല്ല നാടൻ മീൻകറിയോടൊപ്പം റാണി എന്ന ഷെഫും. സ്വയം വെപ്പുകാരിയെന്നു വിചാരിച്ച് മഹാമനസ്കതയോടെ പാചകം ചെയ്ത് ചുറ്റുമുള്ളവരുടെ വയറു നിറയ്ക്കുന്ന ദൈവം. ഓളെന്റെ വാപ്പയുടെ പെങ്ങളുടെ മകളാണ്. വീട്ടിൽ ഒറ്റയ്ക്കായ എന്നെയും വാപ്പയെയും പ്രായമേറിയ വാപ്പുമ്മയേയും സഹായിക്കാനായി അപ്പച്ചി പറഞ്ഞുവിട്ടതാണ് അവളെ. വന്നയുടനെ അവർ മീൻ വാങ്ങി വളരെ വേഗം കറിയുണ്ടാക്കി.

പാചകത്തിന്റെ വേഗത കൊണ്ട് വളരെ നേരത്തേ തന്നെ ഉച്ചയ്ക്കുള്ള ഭക്ഷണം തീൻമേശയിൽ വരിവരിയായി. മീൻകറിയുടെ ആദ്യാക്ഷരം പോലുമറിയാത്ത ഞാൻ ഇതെല്ലാം കണ്ടുകൊണ്ടു നിന്നു. കൊച്ചുമകളുടെ മീൻകറി ചരിത്രങ്ങൾ വാപ്പുമ്മ അഭിമാനത്തോടെ ആവർത്തിച്ചു കൊണ്ടിരുന്നു. മീൻകറി ഇതാ വീട്ടിലെ പ്രധാന അദ്ധ്യാപകന്റെ മുന്നിലെത്തി. തന്റെ ഉത്തരത്തിന് എത്ര മാർക്ക് കിട്ടുമെന്നു കരുതി ഞങ്ങൾ കാത്തുനിന്നു. പക്ഷേ പ്രതീക്ഷിച്ച മാർക്ക് കിട്ടിയില്ല. "ഇതെന്താ പച്ചമീനിട്ടു വെച്ച മീൻകറിയോ എന്നു ചോദിച്ച് പ്രധാന അദ്ധ്യാപകൻ

മുന്നിൽ നിന്ന് എടുത്തു കൊണ്ടുപോകാൻ കല്പിച്ചു.

എന്തുപറ്റിയതാണെന്ന് അറിയില്ല. രണ്ടു ചട്ടി മീൻകറി ഞങ്ങളെ പ്രതീക്ഷയോടെ നോക്കിയിരുന്നു. തോറ്റ കുട്ടിയെ വഴക്കു പറയുന്ന പോലെ വാപ്പുമ്മ അവളെ കൊണ്ടുവെച്ച ഉയരത്തിൽ നിന്നും ഒറ്റത്തള്ളിനു താഴെയിട്ടു. പിന്നെ ഫ്ലോപ്പായ മീൻകറിക്കഥ പറഞ്ഞു കൊണ്ടേയിരുന്നു. സഹികെട്ട് അവൾ എന്നെ ഉപേക്ഷിച്ച് അവിടം ഉപേക്ഷിച്ച് സായാഹ്നത്തിലെ വണ്ടിക്ക് ഭൂഖണ്ഡം വിട്ടു.

എന്റെ പതിവു മടികളോടൊപ്പം കുറച്ചു കറങ്ങി നടത്തത്തിനു ശേഷം അത്താഴമെടുക്കാൻ പോയപ്പോൾ ഞെട്ടിപ്പോയി! രണ്ടുചട്ടി മീൻകറിയും യുദ്ധത്തിന്റെ അവശേഷിപ്പ് എന്നപോലെ ഒരു ലോഡ് പാത്രങ്ങളും. സമയം പതിനൊന്നു മണി കഴിഞ്ഞു. പുറത്തെ അടുക്കള മുഴുവൻ വൃത്തിയാക്കി. മുഖത്താകെ കരിയുമായി ഞാൻ അകത്തേക്കു കയറി വാതിലടച്ചു. വളരെ നന്ദിയോടെ മീൻകറിയുടെ സൃഷ്ടാവിനെ സ്മരിച്ചു കൊണ്ട്.

12. കൊഴിഞ്ഞുവീണ പല്ലുകൾ

കത്തിനിൽക്കുന്ന മിന്നാമിന്നി വെട്ടത്തോട് മീനു ചോദിക്കുകയാ, "എന്താകും ഇനി മുമ്പോട്ട്? മുകളിലെ മട്ടുപ്പാവിൽ അവൾക്ക് ഒറ്റയ്ക്കിരിക്കാൻ ഒരുപാടിഷ്ടമാണ്. ലോകത്തോട് കാര്യം പറയുന്ന പോലെ അവളെന്നും മട്ടുപ്പാവിലെ സോഫയിലിരിക്കാറുണ്ട്. ലോകം മനുഷ്യർക്കു മാത്രമുള്ളതല്ലല്ലോ. തെളിഞ്ഞ ആകാശത്തോടും കുശലം ചോദിക്കാൻ എത്തി നോക്കുന്ന കിളികളോടും തെളിഞ്ഞു നിൽക്കുന്ന മുറിച്ചന്ദ്രനോടും അവൾ ചോദിക്കാറുണ്ട് അവളുടെ ജീവിതത്തിന്റെ സുപ്രധാന തീരുമാനങ്ങൾ.

അങ്ങനെയെടുക്കുന്ന ഓരോ തീരുമാനത്തിനും അവളെന്ന വ്യക്തിയോളം മൂല്യം കൊടുക്കാറുണ്ട്. ദൈവം പ്രപഞ്ചമാണ് എന്നറിഞ്ഞതിൽപ്പിന്നെ അവൾ ചെറിയ ചോദ്യങ്ങളുടെ ഉത്തരം തേടാറുണ്ട്. ഓരോ നിമിത്തവും സ്വപ്നങ്ങളും അവളുടെ മുന്നോട്ടുള്ള യാത്രകളുടെ സൂചനകളാണെന്ന് അവൾ വിശ്വസിച്ചു. ഇന്നവൾ മട്ടുപ്പാവിലിരുന്ന് തന്റെ കൈകളിലേക്ക് ഒറ്റയടിക്ക് കൊഴിഞ്ഞു വീണ പല്ലിന്റെ അർത്ഥം ചോദിച്ചു കൊണ്ടിരിക്കുകയാണ്.

ഉച്ചനേരത്തെ പാതിമയക്കത്തിൽ ഏറ്റവും പ്രിയപ്പെട്ട പച്ച ഫ്രോക്ക് ധരിച്ച് അവൾ എവിടെയോ പോവുകയാണ്. ഓടിക്കിതച്ച് അമ്പല വളവ് കഴിഞ്ഞപ്പോഴേക്കും അവൾക്കു പോകാനുള്ള സ്ഥിരം ബസ് വന്നു. പച്ച ഫ്രോക്കിൽ അതീവ സുന്ദരിയാണെന്ന ഹുങ്ക് അവൾക്കുണ്ടായിരുന്നു. എന്താണെന്നറിയില്ല, പോയ അതേ വേഗത്തിലവൾ മടങ്ങിയെത്തി. തിരികെ വന്നത് ഏതോ മിനിബസിലാണ്. ബസ് അമ്പല വളവ് കഴിഞ്ഞപ്പോഴേക്കും കൈ വായിൽ പൊത്തിപ്പിടിച്ച് അമ്പലത്തിന്റെ പറമ്പിലൂടെ വേഗത്തിൽ ഓടാൻ തുടങ്ങി.

അമ്പലത്തിൽ പത്താമുദയത്തിന്റെ തിരക്കുകളും കുട്ടിക

ളും. അവൾക്കേറെ ഇഷ്ടമുള്ള വളക്കടകൾ പോലും നോക്കാതെ അവൾ പാഞ്ഞു. എങ്കിലും അവൾക്ക് കേൾക്കാമായിരുന്നു, "ഈ പോകുന്നത് കാവുംപാട്ടേ മോളല്ലേ? അവളെന്താ ഇങ്ങനെ മിണ്ടാതെ പോകുന്നത്?"

ഉത്സവം കാണാനെത്തിയ ഒരുകൂട്ടം ബന്ധുക്കൾ കൗതുകത്തോടെ പരിഭവം പറയുന്നത് അശരീരി പോലെ ഓട്ടത്തിനിടയിൽ കേൾക്കുന്നുണ്ടായിരുന്നു. അതിലൊന്നും ചെവി കൊടുക്കാതെ ഓട്ടം തുടർന്നു. ആ വേഗത്തിൽ അവളുടെ മുടിയും ഫ്രോക്കും പാറിപ്പറന്നു. ആരെയും വകവെയ്ക്കാതെ അവൾ വീട്ടിനുള്ളിലേക്കു പാഞ്ഞു. കണ്ണാടിയുടെ മുന്നിൽ ചെന്ന് പൊത്തിപ്പിടിച്ച കൈ അവൾ തിരിച്ചെടുത്തു. തന്റെ പേരക്കുട്ടിക്ക് എന്തു പറ്റിയെന്ന വെപ്രാളത്തോടെ അമ്മുമ്മയും അടുത്തു വന്നു.

കൈയെടുത്തപ്പോഴേക്കും രണ്ടു പല്ലുകൾ നിഷ്കളങ്കമായി കൊഴിഞ്ഞ് അവളുടെ കൈയിൽ വീണു. ആ പല്ലുകൾ മുറുകെപ്പിടിച്ചു. മുൻനിരയിലെ രണ്ടു പല്ലിന്റെ വിടവ് നിരാശയോടെ പരിശോധിച്ചു കൊണ്ടിരിക്കുമ്പോൾ മുകൾ നിരയിലെ ഒരു സെറ്റ് അണപ്പല്ലും ഒറ്റയടിക്ക് അവളുടെ കൈയിലേക്ക് കൊഴിഞ്ഞു വീണു. ഇപ്പോൾ അവളുടെയും അമ്മുമ്മയുടെയും മോണകൾ ഒരുപോലെയാണെന്ന് അവൾ തിരിച്ചറിഞ്ഞു. സ്ത്രീസൗന്ദര്യത്തിന്റെ, കവിസങ്കല്പത്തിന്റെ മുല്ലപ്പും പല്ലുകൾ! അവൾ വാർദ്ധക്യത്തിലെത്തിയ പോലെ. കണ്ട പാടേ അവളുടെ കുഞ്ഞമ്മ ഓടി വന്ന് ചോദിച്ചു, "അയ്യോ! ഇനി എന്തു ചെയ്യും?"

ശരിക്കും സ്ത്രീ സൗന്ദര്യത്തിൽ പല്ല് ഒരു ഘടകമാണോ? മനുഷ്യ സൗന്ദര്യം മനസ്സിലാണെന്നു പറയുന്നവർ എന്തുകൊണ്ട് പല്ലില്ലാത്ത അവസ്ഥയ്ക്ക് അയ്യോ എന്നു പറയുന്നു? അറിയില്ല.

ദീർഘനേരം ഉറങ്ങാറുള്ള അവൾ അന്ന് ചാടിയെഴുന്നേറ്റു. നെറ്റിയിൽ പൊടിഞ്ഞ വിയർപ്പു തുടച്ച്, കൊഴിഞ്ഞു വീണ പല്ലുകൾ മുറുക്കെപ്പിടിച്ച് അവൾ നിശ്ശബ്ദയായി. നിരന്തരമായി മീനു ഇതേ സ്വപ്നം കാണുന്നു. എന്തുകൊണ്ട്? സ്വപ്നത്തിന്റെ സൂചനകളും വ്യാപ്തിയും എങ്ങനെ അറിയാൻ കഴിയും! അവൾ സ്വപ്നത്തിന്റെ അർത്ഥം തേടിയലഞ്ഞു. മരണം, ഭാഗ്യം, നഷ്ടം, നാശം, കുട്ടികളുടെ ജനനം അങ്ങനെ പല വ്യാഖ്യാനങ്ങളും അവൾക്കു മുന്നിൽ നിരന്നു.

13. ഒരു ദോശക്കഥ

"ദൈവമേ കൈതൊഴാം കേക്കുമാറാകണം
പാവമാമെന്നെ നീ കാക്കുമാറാകണം"

ഗവൺമെന്റ് ഹയർ സെക്കൻഡറി സ്കൂളിന്റെ സ്പീക്കറിലൂടെ പ്രാർത്ഥനാ ഗീതം മുഴങ്ങി. അത് അദ്ധ്യാപകർക്കും കുട്ടികൾക്കും വേണ്ടി മാത്രമായിരുന്നില്ല. ദൈവത്തോട് അഭ്യർത്ഥിക്കുന്ന, ഗ്രാമത്തിലെ എല്ലാവർക്കും വേണ്ടിയായിരുന്നു. പ്രാർത്ഥനാ ഗീതം കേൾക്കുമ്പോൾ ജോണും മൂസയും ഭക്ഷ്യശാല തുറക്കുമ്പോൾ ചന്ദനത്തിരി കത്തിച്ച് മുരുകന്റെ ചിത്രത്തിനു മുന്നിൽ തൊഴുന്ന ഗിരീഷും മറ്റെല്ലാ വ്യക്തികളും ആ സമയത്ത് ദൈവമേ എന്നു വിളിക്കുന്നത് പതിവാണ്.

പ്രാർത്ഥനാ ഗീതം തുടങ്ങുന്നതിനു മുമ്പ് പള്ളിക്കൂടത്തിന്റെ പ്രധാന വാതിൽ അടയും. വൈകി വരുന്ന കുട്ടികൾ വാതിലിനു പിന്നിൽ അസംബ്ലി തീരുന്നതു നോക്കി നിൽക്കും. ഓരോ കൂട്ടവും അവിടെ നിൽക്കുന്നത് ചൂരൽ കഷായം എന്ന മാന്ത്രിക മരുന്നിന്റെ രുചി അറിയാനാണ്. ചിലർക്ക് ആ മരുന്നില്ലാതെ ദിവസം തന്നെ തുടങ്ങാൻ കഴിയില്ല. ധീരന്മാരെന്നു നടിക്കുന്ന അക്കൂട്ടർക്ക് കഷായം ഒരു ലഹരി തന്നെയാണ്. ചുരുക്കം ചില കുട്ടികൾ വല്ലപ്പോഴും ആ കഷായം കുടിച്ചു പോന്നവരുമാണ്.

ഒരു ബുധനാഴ്ച. അന്നത്തെ യൂണിഫോം പതിവു ദിവസങ്ങളിൽ നിന്ന് വ്യത്യസ്തമാണ്. തൂവെള്ളയണിഞ്ഞ് മാലാഖക്കുട്ടികളെ പോലെ കുട്ടികൾ നിരനിരയായി പള്ളിക്കൂടത്തിലേക്കു പോകും. പതിവു പോലെ അസംബ്ലിയിൽ നിൽക്കും. ഒരു മുകൾക്കാഴ്ചയിലൂടെ കാര്യങ്ങൾ നോക്കിക്കാണുകയാണെങ്കിൽ കേവലം ദൈവത്തിന്റെ കോടതി ഓർമ്മ വരും.

വെള്ളയണിഞ്ഞ മാലാഖമാർ സൃഷ്ടാവിനു മുന്നിൽ വിചാരണയ്ക്കു നിൽക്കുന്നതു പോലെ തോന്നും.

ചില വെയിൽ ദിവസങ്ങളിൽ വിചാരണക്കിടയിൽ വടക്കു

നിന്നും തെക്കു നിന്നുമൊക്കെ മാലാഖമാർ ചിറകൊടിഞ്ഞു വീഴാറുള്ളതും പതിവാണ്. അവരെ അദ്ധ്യാപികമാർ ദൈവത്തെപ്പോലെ താങ്ങിയെടുത്ത് വരാന്തകളിൽ ഇരുത്താറുണ്ട്. അദ്ധ്യാപകരാണല്ലോ പള്ളിക്കൂടത്തിലെ എക്കാലത്തെയും ദൈവം. തന്റെ കുട്ടികളെ നല്ല വ്യക്തികളാക്കാൻ ശ്രമിക്കുന്നതോടൊപ്പം സമൂഹത്തെ തന്നെ ഏറ്റവും മികച്ചതാക്കാൻ കഴിയുന്നത് എത്ര മഹത്തരമാണ്! ഈ ലോകത്തുള്ള പറയപ്പെടുന്ന എല്ലാ ജോലികളുടെയും പിന്നിൽ അദ്ധ്യാപകരാണ്. ജോലിക്കാരൻ എന്ന തലക്കെട്ടിലും മുകളിൽ ഒരു നല്ല വ്യക്തിയാക്കാൻ അദ്ധ്യാപകർക്കു മാത്രമേ കഴിയൂ. ഈ ലോകത്തിലെ ഏറ്റവും മഹത്വമേറിയ ജോലി തന്നെയാണ് സ്കൂൾ ദൈവങ്ങൾ ചെയ്യുന്നത്.

പതിവു പോലെ ബുധനാഴ്ച ദിവസത്തെ അസംബ്ലി പുരോഗമിച്ചു കൊണ്ടിരിക്കുമ്പോഴാണ് ദക്ഷിതും അശോകും കീർത്തനയും വളരെ വേഗം സൈക്കിൾ ചവുട്ടിക്കൊണ്ട് സ്കൂളിലേക്കു പാഞ്ഞത്. ഗിരീഷിന്റെ ഭക്ഷണശാല മുറിച്ചു വേണം സ്കൂളിലേക്കു കടക്കാൻ. ഗിരീഷിന്റെ ഗൗരീഹോട്ടലിൽ നിന്ന് കൃത്യം ഒൻപതു മണിയാകുമ്പോഴേക്കും നല്ല വരട്ടിയ പോത്തുകറിയുടെ മണം ഉയർന്നു പൊങ്ങും. ഒരു തരത്തിൽ അത് ഗിരീഷിന്റെ കച്ചവടം തന്ത്രം കൂടിയാണ്.

ട്യൂഷൻ കഴിഞ്ഞ് സ്കൂളിലേക്ക് വേഗത്തിൽ പോകുന്ന കുട്ടികളുടെ പ്രാതൽ പലപ്പോഴും ഗിരീഷിന്റെ കടയിലൊതുങ്ങും. ശരിക്കും പറഞ്ഞാൽ ഹയർസെക്കൻഡറി കുട്ടികളാണ് ഗിരീഷിന്റെ ലക്ഷ്യവും.

നേരത്തേ സൂചിപ്പിച്ച ചൂരൽക്കഷായത്തിനടിമകളായ കുറച്ച് മുതിർന്ന കുട്ടകൾ സമയം പോകാനും അസംബ്ലി കഴിയാനുമൊക്കെയായി അവർ ഗിരീഷിന്റെ കടയിൽ സൊറ പറഞ്ഞിരിക്കുന്നതും പതിവാണ്. ഗിരീഷ് വർത്തമാനം പറഞ്ഞ് രസിപ്പിച്ച് ആളുകളെ പിടിച്ചിരുത്തുന്നതിൽ കേമനും. എങ്ങനെയൊക്കെയാണെങ്കിലും ഗിരീഷിന്റെ പണപ്പെട്ടി ഒരു ദിവസം അയ്യായിരം രൂപയ്ക്കു മുകളിൽ കടക്കാറുമുണ്ട്.

പോത്ത് വരട്ടിയതിന്റെ മണം, എട്ടാം ക്ലാസ്സുകാരനായ അശോകിനെ സ്വാധീനിച്ചെങ്കിലും പത്താം ക്ലാസ്സുകാരിയായ കീർത്തന അത് തടഞ്ഞു കൊണ്ട് അവന്റെ തലയ്ക്കിട്ട് ഒരു കൊട്ടുകൊടുത്തു.

"അശോക്, നീ വരുന്നുണ്ടോ? ഇപ്പോൾ തന്നെ വൈകി.

അസംബ്ലി കഴിഞ്ഞാലും അങ്ങെത്തിയാ മതിയായിരുന്നു. വീട്ടിൽ നിന്ന് കഴിച്ചിട്ട് ഇറങ്ങിയാ മതിയെന്ന് നിന്നോട് ആയിരം തവണ പറഞ്ഞതാ. അപ്പോഴാ അവന്റെയൊരു ഹോംവർക്ക്. മടിച്ചു നിൽക്കാതെ ഒന്നു വേഗം ചവിട്ട്."

കൂടെപ്പിറപ്പിനോട് എപ്പോഴും വാത്സല്യം നിറഞ്ഞ ശകാരം കീർത്തനയ്ക്കുണ്ട്. പക്ഷേ അശോകിനെ ഇത് ബാധിക്കാറില്ല.

"എടാ, ഇന്ന് ഡ്രിൽ മാഷ് അവധിയാ. ഇന്നെന്തായാലും അസംബ്ലി കഴിഞ്ഞാലും തല്ല് കിട്ടില്ലെന്നുറപ്പാണ്. അതുകൊണ്ട് പതിയെ പോയാ മതി." കൂട്ടത്തിൽ അലസനായ ദക്ഷിത്തിന്റെ മറുപടി എല്ലാവരിലും അലസതയുടെ വിത്തുപാകി. പക്ഷേ, കീർത്തന അത് നുള്ളിക്കളഞ്ഞു.

"പറ്റില്ല എല്ലാവരും വേഗം ചവിട്ടിക്കോ. എനിക്ക് ആദ്യത്തെ പീരീഡ് കണക്കാ. പഠിപ്പിച്ചതിന്റെ ബാക്കി നഷ്ടമായാൽ ബുദ്ധിമുട്ടാ. നേരത്തേ എത്തിയേ പറ്റൂ." ഏഴാം ക്ലാസ്സുകാരനായ ദക്ഷിത്ത് മുതിർന്ന ചേച്ചിയായ കീർത്തനയെ അനുസരിച്ച് മുന്നോട്ടു പോയി.

മൂവരും കിതച്ചുകിതച്ച് പള്ളിക്കൂടത്തിന്റെ പ്രധാന വാതിലിനു മുൻപിലെത്തി. അസംബ്ലി കഴിഞ്ഞ് മാലാഖക്കൂട്ടങ്ങൾ വരി വരിയായി ക്ലാസ്സുകളിലേക്കു നടന്നു. വാതിൽ തുറക്കുമ്പോൾ ത്തന്നെ എല്ലാവരും കുട്ടികളുടെ വരികളിൽ ഓടിക്കയറണമെന്ന് ദക്ഷിത് എല്ലാവരോടും പറഞ്ഞു. ധൈര്യവാനാണെന്ന ഭാവത്തിൽ തല ഉയർത്തി നിന്നു. മറ്റു രണ്ടു പേരും അത് ശരിവെച്ചു. സ്കൂൾ സെക്യൂരിറ്റി വാതിൽ തുറന്നയുടനെ കുട്ടികൾ സൈക്കിളുമായി ഷെഡ്ഡിലേക്കു പോകാൻ തിരക്കുകൂട്ടി. ഷെഡ്ഡിൽ നിറഞ്ഞിരിക്കുന്ന സെക്കിൾ കണ്ട് മൂവരും ഞെട്ടി! ഇന്നെന്താ പതിവിലും കൂടുതൽ കുട്ടികളോ! അവർ അവരുടേതായ ഇടം കണ്ടെത്താൻ ശ്രമിച്ചു.

ദക്ഷിത്തിന് കാറ്റാടി മരത്തോടു ചേർന്ന് ഒരിടം കിട്ടി. മരം കണ്ട പാടേ അവൻ സൈക്കിളുരുട്ടി മരത്തിൽ ചാരിവെച്ചിട്ട് ഏഴാം ക്ലാസ്സ് നിരയിലേക്ക് ഓടിക്കയറി. ഹെർക്കുലീസ് സൈക്കിളിന്റെ പിന്നിലായി അശോകിനും ഇടം കിട്ടി. കീർത്തന സൈക്കിൾ സെക്യൂരിറ്റിയെ ഏല്പിച്ച് അവളുടെ ക്ലാസ്സിന്റെ വരിയിലേക്കും ഓടി.

ക്ലാസ്സുകൾ ആരംഭിച്ചു. മൂവരും വൈകിയെത്തിയത് ആരുടെയും കണ്ണിൽ പെട്ടില്ല. അതുകൊണ്ടു തന്നെ ആരും ഒന്നും

ചോദിച്ചില്ല. ആദ്യത്തെ പീരീഡ്. കുമാർ മാഷ് കണക്കിലെ ഒരു വലിയ തിയറം ബോർഡിലെഴുതി വിശദീകരിച്ചു. കുട്ടികൾ പുതിയ പാഠം പഠിക്കുന്ന താല്പര്യത്തോടെയിരുന്നു. സംശയങ്ങളും ചോദ്യങ്ങളുമൊക്കെ ചോദിച്ചു. കുട്ടികളുടെ പ്രതികരണം കൂടുതൽ അറിവു പകർന്നു കൊടുക്കാൻ മാഷിനെ പ്രേരിപ്പിച്ചു. മാഷിന്റെ വിലപ്പെട്ട പോയിന്റുകൾ കീർത്തന ഏകാഗ്രതയോടെ കുറിച്ചെടുത്തു.

അശോകിന്റെ ക്ലാസ്സിൽ സാമൂഹിക പാഠമായിരുന്നു. അവന് തീരെ താല്പര്യം തോന്നിയില്ലെങ്കിലും ആരെയും ബുദ്ധിമുട്ടിക്കാതെ ക്ലാസ്സിലിരുന്നു. ക്ലാസ്സിൽ ശ്രദ്ധിക്കാൻ ശ്രമിച്ചെങ്കിലും അവനതു കഴിഞ്ഞില്ല. ചെറുകുടലിൽ രാസ പദാർത്ഥങ്ങൾ നിറയുന്നതു പോലെ അവനു തോന്നി. വയറ്റിൽ ഉത്ഭവിച്ച ഏതോ എരിയുന്ന പദാർത്ഥം അവന്റെ അന്നനാളത്തിലും തലച്ചോറിലും പായുന്നതു പോലെ തോന്നി. അവനാകെ വിയർത്ത് തലകറങ്ങി. പെട്ടെന്നു തന്നെ ബാഗിന്റെ അരികിലിരുന്ന കുപ്പിയിൽ നിന്ന് വെള്ളം കുടിച്ചു. അല്പം ആശ്വാസം തോന്നിയെങ്കിലും അസ്വസ്ഥത പുറത്തു കാണിക്കാതെ ക്ലാസ്സിൽ ശ്രദ്ധിക്കുന്നതു പോലിരുന്നു. അവന്റെ ചിന്ത മുഴുവൻ വീട്ടിലുണ്ടാക്കിയ ഭക്ഷണത്തെക്കുറിച്ചായിരുന്നു.

അമ്മ പലതവണ പറഞ്ഞതാണ് കഴിച്ചിട്ടു പോകാൻ. ഹോംവർക്കും കൊണ്ടിരുന്നിട്ടാണ്. ഇനിയൊരിക്കലും രാവിലെ ഹോംവർക്ക് ചെയ്യാനിരിക്കില്ല. ശ്ശെ! ഗൗരീഹോട്ടലിൽ നിന്ന് പോത്തുവരട്ടിയതും പൊറോട്ടയും വാങ്ങിത്തിന്നാ മതിയായിരുന്നു. അത് ചേച്ചി സമ്മതിച്ചതുമില്ല. ഇനിയിപ്പോൾ ഉച്ചവരെ വെള്ളം കുടിച്ചിരിക്കാം.

ആദ്യത്തെ പീരീഡ് കഴിഞ്ഞു. സമയം ഇഴഞ്ഞിഴഞ്ഞ് പത്തരയോടടുത്തു. ദൈവദൂതനെ പോലെ അറ്റൻഡർ ക്ലാസ്സിലേക്കു വന്നു.

"എക്സ്ക്യൂസ് മീ മാഡം, അശോകിനെ എച്ച് എം വിളിക്കുന്നു." അറ്റൻഡർ അതേ വേഗത്തിൽ തിരിച്ചു പോയി. പോയിട്ടു വരൂ എന്ന് രോഹിണി ടീച്ചർ പറഞ്ഞപ്പോൾ അവൻ അന്ധാളിച്ചു പോയി. ബെഞ്ചിൽ നിന്ന് എഴുന്നേറ്റ് മടിച്ചു മടിച്ച് നടക്കാൻ തുടങ്ങി. മറ്റു കുട്ടികൾ അവനെ സമാതാപത്തോടെ നോക്കി. എന്തു തെറ്റാണ് അശോക് ചെയ്തതെന്ന് അർജ്ജുൻ ചോദിച്ചു. ക്ലാസ്സിലാകെ ബഹളമായി. കുട്ടികൾ ഓരോന്നു പറഞ്ഞ് കളിയാ

ക്കാൻ തുടങ്ങി. ടീച്ചർക്ക് ദേഷ്യം വന്നു. ചൂരലെടുത്ത് മേശയുടെ മേൽ ആഞ്ഞടിച്ച് കുട്ടികളോട് നിശ്ശബ്ദത പാലിക്കാൻ കല്പിച്ചു.

അശോക് ഹെഡ്മാസ്റ്ററുടെ മുറിയിലേക്കു നടന്നു. ഓരോ കാൽ വെപ്പിലും നെറ്റിയിൽ വിയർപ്പു പൊടിഞ്ഞു. സാധാരണ എന്തെങ്കിലും തെറ്റു ചെയ്യുന്ന കുട്ടികളെയാണ് മുറിയിലേക്കു വിളിപ്പിക്കുന്നത്. എന്തു തെറ്റാണു ചെയ്തതെന്ന് അവനാലോചിച്ചു. വൈകി എത്തിയതിനാണോ? അങ്ങനെയെങ്കിൽ ദക്ഷിതിനെയും കീർത്തനയെയും വിളിപ്പിക്കേണ്ടതല്ലേ?

പാദങ്ങൾ ഒച്ചയില്ലാതെ അവനെ ഓഫീസിന്റെ മുന്നിലെത്തിച്ചു. കണ്ടപാടേ ഹെഡ്മാസ്റ്റർ ചോദിച്ചു,

"നീ ഏതു ക്ലാസ്സിലാണ് ?" കർക്കശക്കാരനായ അദ്ദേഹത്തിന്റെ ചോദ്യത്തിൽ സൗമ്യനായി ഉത്തരം നൽകി,

"എട്ടാം ക്ലാസ്സിൽ."

" രോഹിണി ടീച്ചറുടെ ക്ലാസ്സിലാണല്ലേ?"

"അതെ."

"ഇന്ന് എന്തെങ്കിലും തെറ്റു ചെയ്തതായി ഓർക്കുന്നുണ്ടോ?"

ആ ചോദ്യത്തിൽ അവനാകെ പതറിപ്പോയി. എന്തു തെറ്റാണു ചെയ്തതെന്ന് എത്ര ആലോചിച്ചിട്ടും അവന് പിടികിട്ടിയില്ല.

"അത്... ഞാനിന്ന് അല്പം വൈകിയാണു വന്നത്."

"എന്തുകൊണ്ട്?"

"രാവിലെ കുറച്ച് എഴുതാനുണ്ടായിരുന്നു."

"സ്കൂളിൽ പോകേണ്ട നേരത്താണോ എഴുത്ത്?"

"ക്ഷമിക്കണം സാർ... ഇനി ആവർത്തിക്കില്ല."

അവൻ താഴ്മയോടെ മറുപടി പറഞ്ഞു.

"വേറെ എന്തെങ്കിലും തെറ്റ് നീ ചെയ്തോ?"

"ഇല്ല സാർ."

അവന്റെ പരിഭ്രമം കണ്ട് ഹെഡ്മാസ്റ്റർക്ക് ചിരി വന്നെങ്കിലും ഗൗരവത്തോടെ ചോദ്യം തുടർന്നു.

"നീ ഇന്നു രാവിലെ എന്താണു കഴിച്ചത്?"

"കഴിക്കാൻ സമയം കിട്ടിയില്ല സാർ"

"വീട്ടിൽ ഭക്ഷണമുണ്ടാക്കിയില്ലേ?"

"ഉണ്ടാക്കി"

"ഇനി മേലിൽ പ്രാതൽ കഴിക്കാതെ വരരുത്. പ്രാതൽ തലച്ചോറിനുള്ള ആഹാരമാണ്. പ്രാതൽ കഴിച്ചാലേ പഠനത്തിൽ ശ്ര

ദ്ധിക്കാൻ കഴിയൂ."

അവൻ തല കുലുക്കി.

"എങ്കിൽ നീ ഓഫീസിന്റെ പുറകിലെ ഒഴിഞ്ഞ മുറിയിലേക്കു പൊയ്ക്കോ."

ഹെഡ്മാസ്റ്റർ പുഞ്ചിരിച്ചു. അതു കണ്ടപ്പോൾ അവന് ആശ്വാസമായി.

അവൻ ഒന്നും മനസ്സിലാവാതെ ആ മുറിയിലേക്കു നടന്നു. അവിടെ അതാ അവന്റെ അമ്മയിരിക്കുന്നു! അവൻ ഞെട്ടിപ്പോയി. അമ്മയുടെ കൈയിൽ ഒരു പാത്രമുണ്ട്. ആകാംക്ഷയോടെ അവൻ ചോദിച്ചു,

"അമ്മ ഇവിടെ?"

"ആഹാരവുമായി വന്നതാണ്. കഴിക്കാതെ ഇറങ്ങിയപ്പോഴേ എനിക്കറിയാമായിരുന്നു വിശന്നിരിക്കാൻ നിനക്കു പറ്റില്ലെന്ന്."

അമ്മ പാത്രം തുറന്ന് ദോശയെടുത്ത് ചമ്മന്തിയിൽ മുക്കി അവന്റെ വായിലേക്കു വെച്ചു കൊടുത്തു.

അവന്റെ തലയിലെ രാസപ്രവർത്തനങ്ങൾ അണഞ്ഞു. ഘ്രാണനാഡികൾ അമ്മ കൊടുത്ത ദോശയുടെ മണമായി ഉള്ളിലേക്കു ചെന്നു.

14. ട്രെൻഡിനൊപ്പം

ചിന്തകളിങ്ങനെ കുറ്റിക്കാടുകളും തിരമാലകളും ഉരുളൻ കല്ലുകളും കടന്ന് കൂറ്റൻ മലയുടെ മുകളിൽ വലിഞ്ഞു കയറി. മുകളിലെത്തിയപ്പോൾ വല്ലാത്ത കിതപ്പ്. ശ്വാസം തീരെ കിട്ടുന്നില്ല. വിയർപ്പു കൊണ്ട് ശരീരത്തിലെ ജലാംശം വറ്റി.

ഈയിടെയായി കാടുകേറുന്ന ചിന്തകൾ തിരിച്ചു വരാറില്ല. ഓരോ നീണ്ട ചിന്തകൾ കഴിയുമ്പോഴും മനസ്സിന് വല്ലാത്ത പരവേശമാണ്. ദാവീദ് മേശപ്പുറത്തിരുന്ന മൊന്തയിലെ വെള്ളമെടുത്തു കുടിച്ച് ഉമ്മറത്തു നിന്ന് ചടഞ്ഞെഴുന്നേറ്റ് മൺവെട്ടിയുമായി തോട്ടത്തിലേക്കു പോയി. വെപ്രാളപ്പെട്ട് തോട്ടത്തിലേക്കുള്ള നിരന്തരമായ പോക്ക് റോസി സംശയത്തോടെ നോക്കി നിൽക്കാറുണ്ട്. ഭർത്താവിന്റെ ഓരോ മാറ്റവും മറ്റാരെയും പോലെ റോസിയും ശ്രദ്ധിച്ചിരുന്നു.

നരച്ച മുടി മറയ്ക്കാൻ സ്ഥിരമായി ചായം പൂശുന്ന ദാവിദ് ഇപ്പോൾ അതും ചെയ്യാറില്ല. ഇങ്ങനെയുള്ള ചിന്തകളുടെ കാട്ടിൽ റോസിയും ഇടയ്ക്ക് കയറിയിറങ്ങാറുണ്ട്. ഒരു തരത്തിൽ വെപ്രാളപ്പെട്ടുള്ള ഇത്തരം പോക്കുകൾ നല്ലതല്ലേ? ചിന്തകളിൽ നിന്നുള്ള ഒളിച്ചോട്ടം.

ദാവീദ് സമ്പന്നനാണ്. നാട്ടിലെ ചെറു പ്രമാണി. ആദായമില്ലാത്ത കുറേ വസ്തുക്കൾ ഇറുക്കിപ്പിടിച്ചു വെച്ചിരിക്കുന്ന ദാവീദ് പറമ്പുകൾ വിൽക്കാൻ ഒരിക്കലും സമ്മതിച്ചില്ല. തൊഴിൽ തേടി വിദേശത്തു പോയ മക്കൾ ആവർത്തിച്ചു പറഞ്ഞിട്ടും റിയൽ എസ്റ്റേറ്റ് ബിസിനസ്സിനു പോലും ഭൂമി വിൽക്കാൻ സമ്മതിച്ചില്ല. ഇപ്പോൾ വ്യാകുലപ്പെടുന്നത് തൊഴിലില്ലാത്ത രണ്ടു മക്കളെ ഓർത്താണ്. നാട്ടിലെ പച്ചപ്പിനോടും നാട്ടുകാരോടും കുശലം പറഞ്ഞിരിക്കാൻ ഇഷ്ടമുള്ള മക്കളെ പെട്ടെന്നാണ് വിദേശത്തേക്ക് പറിച്ചുനട്ടത്. എന്തിനു വേണ്ടിയാണെന്ന് ദാവീദിന് ഇപ്പോഴുമറിയില്ല.

പാശ്ചാത്യ സംസ്കാരത്തിന്റെ പിന്നാലെ ഓടുമ്പോഴാണ് ജീവിതം കെട്ടിപ്പടുക്കാൻ കഴിയുന്നത് എന്ന വിശ്വാസം കൊണ്ടാകണം. ആ വിശ്വാസം നാട്ടിലെ എല്ലാ യുവാക്കളെയും നാടു കടത്തി. എന്നിട്ടും തന്റെ മക്കൾ അടുത്തില്ലല്ലോ എന്ന് ദാവീദ് പിറുപിറുക്കും. എങ്കിൽപ്പിന്നെ പിള്ളേരെ എന്തിനു നാടു കടത്തി എന്ന് റോസി ചോദിക്കും. അപ്പോൾ ദാവീദ് ചെറുചിരിയോടെ മറു ചോദ്യം ചോദിക്കും,

"എടീ, ഇതല്ലേ ഫാഷൻ?"

15. റിസർവ് ബാങ്ക് ഓഫ് ഇന്ത്യ

ഭരണികളിൽ തപ്പിത്തടഞ്ഞ് ഓരോ മിഠായി എണ്ണുമ്പോഴും കടയിലമ്മയുടെ ദൃഷ്ടി അവന്റെ വെള്ളാരം കണ്ണുകളിൽ നിന്ന് മാറിയില്ല. ചുണ്ടുകൾ കൂട്ടിമുട്ടാൻ വെമ്പുന്തോറും നാവ് എടം കോലിട്ട് കലപില ചിലച്ചു. അവന്റെ ശോഷിച്ച ശരീരവും ആർത്തി നിറഞ്ഞ നോട്ടവും കണ്ടപ്പോൾ കൈയിൽ കിട്ടിയ പത്തു മിഠായി കൂടാതെ ഒരെണ്ണം അധികമായി അവർ വാരിയെടുത്തു. സ്ലാബിലിരുന്ന പഴയ മണമുള്ള പത്രം അല്പം മുറിച്ചെടുത്ത് പൊതിഞ്ഞ് അവന്റെ നേരെ നീട്ടി.

കടലാസിൽ ഒരു നായയുടെ പടം കണ്ടപ്പോൾ അവന് കാര്യമറിയാൻ തിടുക്കമുണ്ടായി. അവൻ അക്ഷരങ്ങൾ കൂട്ടിപ്പെറുക്കി വായിക്കാൻ ശ്രമിച്ചു. പൊടുന്നനെ ശ്രമം ഉപേക്ഷിച്ച് വില തിരക്കി.

"കടയിലമ്മേ, എത്ര രൂപയായി?"

"പത്തു രൂപ."

പച്ചനിറമുള്ള വടിവൊത്ത ഒരു പത്തു രൂപാ നോട്ട് അവൻ കൊടുത്തു. അവർ അതു വാങ്ങി പെട്ടിയിലിട്ടിട്ട് കുശലം ചോദിച്ചു.

"മോന്റെ പേരെന്താ?"

"നിവിൻ."

"ആഹാ! ഏതു ക്ലാസ്സിലാ പഠിക്കുന്നേ?"

"അത്... ഞാൻ സ്കൂളിലൊന്നും പഠിക്കുന്നില്ല."

"അതെന്താ?"

"സ്കൂളിൽ പോയതാണ്. കഴിഞ്ഞയാഴ്ച എന്റെ ബാഗ് എലി കടിച്ചു കീറി. അതിൽ പിന്നെ പോകാൻ കഴിഞ്ഞില്ല. ആകെയുണ്ടായിരുന്ന ചെരിപ്പും പൊട്ടിപ്പോയി. അപ്പൻ ഇനി ചെരിപ്പു വാങ്ങിത്തരില്ല. ചെരിപ്പും ബാഗുമില്ലാത്ത എന്നെ കൂട്ടുകാർ കളിയാക്കും. മാത്രമല്ല, അപ്പൻ പണിക്കുപോകുമ്പോ വീ

ട്ടിൽ വെച്ചുണ്ടാക്കാൻ ആരുമില്ല. വീട്ടിലിരുന്ന് എന്തെങ്കിലുമൊക്കെ എഴുതാനും വായിക്കാനും നോക്കും."

ഇതൊക്കെ പറയുമ്പോഴും അവന്റെ നിൽപ്പിലും കണ്ണുകളിലും ഭാവവ്യത്യാസമില്ലായിരുന്നു. ഒരു പക്ഷേ ചില ജീവിതങ്ങൾ അങ്ങനെയല്ലേ? അവർക്ക് സങ്കടത്തിനും സന്തോഷത്തിനും രുചിയില്ലാതായിരിക്കുന്നു. ജീവിതം വെച്ചു നീട്ടിയ ഏതോ ചക്രത്തിൽ യാതൊരു ഭാവ വ്യത്യാസവുമില്ലാതെ അവർ അവരുടേതായ അച്ചുതണ്ടിൽ കറങ്ങിക്കൊണ്ടിരിക്കുന്നു.

"എന്നാ ശരി, ഞാൻ പോകുവാ."

അവൻ അയഞ്ഞ നിക്കർ ഒരു കൈ വെച്ചു പൊക്കി മുകളിലേക്കിട്ടു. മറുകൈയിൽ പ്രിയപ്പെട്ട മിഠായിപ്പൊതി മുറുകെപ്പിടിച്ച് നഗ്നപാദങ്ങൾ പരുക്കൻ മണ്ണിൽ ചവുട്ടി നടന്നു.

"മോനേ, ഒന്നു നിന്നേ..."

അവൻ തിരിഞ്ഞു നോക്കി.

"മോൻ അഞ്ചു മിനിട്ട് കടയിലൊന്നു നിൽക്കുമോ? കടയിൽ ആരെങ്കിലും വരുന്നെങ്കിൽ ഒന്നു വിളിച്ചാ മതി."

അവനൊന്നു പരുങ്ങി.

"അയ്യോ! വൈകല്ലേ. അപ്പന് ഉച്ചയ്ക്ക് ചോറു കൊടുക്കേണ്ടതാ."

"ഇല്ല മോനേ, ദാ വരുന്നു."

കടയിലമ്മ പിന്നാമ്പുറത്തുള്ള തന്റെ വീട്ടിലേക്കു പോയി. നിവിൻ റോഡരികിൽ നിന്ന് കടയുടെ അതിരിലുള്ള അരമതിലിൽ കുത്തിയിരുന്നു. മതിലിന്റെ താഴെ പുൽച്ചെടിയിൽ അവന്റെ പാദങ്ങൾ തട്ടിക്കളിച്ചു കൊണ്ടിരുന്നു.

കടയിലമ്മ പത്തു മിനിട്ട് വൈകിയെങ്കിലും രണ്ടു കവറു മായിട്ടാണു വന്നത്. കവർ രണ്ടും നീട്ടിക്കൊണ്ട് അവർ പറഞ്ഞു,

"ഇതൊരു ബാഗാണ്. കുറച്ചു പുസ്തകങ്ങളുമുണ്ട്. ചെരിപ്പ് നിനക്ക് പാകമാണോന്നറിയില്ല. ഇതൊക്കെ എന്റെ മക്കളുടേതാണ്. നീ കൊണ്ടുപോയി പഠിക്ക്."

കടയിലമ്മയ്ക്ക് ഉള്ളിൽ പുതിയൊരു തൈ നട്ട പ്രതീതി തോന്നി. കുഞ്ഞു വിരലുകൾ കൊണ്ട് കവറിൽ മുറുകെപ്പിടിച്ച്, കൈയിലിരുന്ന മിഠായിപ്പൊതി അതിലിട്ട് സന്തോഷത്തോടെ അവൻ വീട്ടിലേക്കോടി. അവന്റെ നിഷ്കളങ്കമായ ഓട്ടം കടയിലമ്മ നോക്കിക്കൊണ്ടു നിന്നു. വിദൂരതയിലേക്ക് അവൻ ഓടി മറഞ്ഞിട്ടും പിന്നെയും അതേ നില്പ് നിന്നു.

ലോകത്ത് ഇങ്ങനെയും ആളുകളുണ്ടല്ലോ. പണം ചെലവാക്കി പഠിപ്പിച്ചിട്ടും തോറ്റു പോയ, വയസ്സ് ഇരുപത്തഞ്ചായിട്ടും പണിയെടുക്കാത്ത തന്റെ മകനെപ്പറ്റി അവർ പിറുപിറുത്തു. ജീവിതം മെച്ചപ്പെടുംതോറും ഊർജ്ജം കുറഞ്ഞു കൊണ്ടിരിക്കുമെന്ന വലിയ സത്യം കടയിലമ്മയുടെ മനസ്സിലൂടെ കടന്നു പോയി.

പിന്നെയും ആളുകൾ കടയിൽ സാധനങ്ങൾ വാങ്ങാൻ വന്നു. എല്ലാവർക്കും സാധനങ്ങൾ കൊടുത്തു കഴിഞ്ഞ് കടയിലമ്മ മേശയിലെ പൈസ നോക്കി. പച്ചനിറമുള്ള ആ നോട്ടിൽ അവർ ഒന്നുകൂടി നോക്കി. അവരാകെ വിയർത്തു പോയി. റിസർവ് ബാങ്ക് ഓഫ് ചിൽഡ്രൻ എന്ന അക്ഷരങ്ങൾ വായിച്ചപ്പോൾ അവർ നിർവ്വികാരയായി നിന്നു.

16. അച്ഛൻ

അച്ഛാ... നിങ്ങളെ വല്ലാതെ ഓർക്കുന്നുണ്ട്. നിങ്ങളോടൊപ്പമുള്ള നിമിഷങ്ങൾ എനിക്കിനിയും മതിയായിട്ടില്ല. ശരിക്കും നിങ്ങളെ അറിഞ്ഞു തുടങ്ങിയിട്ടേ ഉണ്ടായിരുന്നുള്ളു. നിങ്ങളോടൊപ്പമുള്ള അവസരങ്ങൾ, തമാശകൾ, പിണക്കങ്ങൾ എല്ലാം ആസ്വദിച്ചു തുടങ്ങിയിട്ടേ ഉണ്ടായിരുന്നുള്ളു. ഒരിക്കൽപ്പോലും വിചാരിച്ചില്ല ഇത്ര പെട്ടെന്നു തന്നെ നമ്മൾ രണ്ടു ദിശയിലേക്ക് എറിയപ്പെടുമെന്ന്.

ഇപ്പോൾ ഞാൻ വല്ലാതെ ഖേദിക്കുന്നുണ്ട്. എന്തിനാണെന്നല്ലേ? നിങ്ങളെ വല്ലാതെ ഭയപ്പെട്ടതിന്. നിങ്ങളുടെ ഹൃദയം വെറും ഉമിത്തോലാണെന്ന് മനസ്സിലാക്കിയപ്പോൾ കാലവും സാഹചര്യവും വേറെ കോണിലേക്ക് എന്നെ തള്ളിയിട്ടു കഴിഞ്ഞു. നിങ്ങളുടെ പ്രവാസ ജീവിതം കുറച്ചു കൂടി നേരത്തേ അവസാനിപ്പിച്ചിരുന്നെങ്കിൽ കുറച്ചു കാലം കൂടി നമുക്ക് കിട്ടിയേനെ. അല്ലെങ്കിലും ജീവിതത്തിലെ ചില ഏറ്റുപറച്ചിലുകൾക്ക് സമയം ഉണ്ടാകണമെന്നില്ലല്ലോ.

ഒരു സമയവും ചിന്തിക്കാതിരിക്കാൻ കഴിയാത്ത എന്റെ ഇന്നത്തെ ചിന്ത മുഴുവനും നിങ്ങളെക്കുറിച്ചായിരുന്നു. എന്നത്തെയും പോലെ, ചിന്തിക്കുമ്പോൾ കണ്ണുകൾ നിറഞ്ഞൊഴുകുന്നുണ്ട്. ഇത്രയധികം ചിന്തിച്ച ക്ഷീണം കൊണ്ടാകണം മെട്രോ സ്റ്റോപ്പിലിറങ്ങിയപ്പോളാണ് ഞാൻ ചിന്തകൾക്ക് സ്റ്റോപ്പിട്ടത്.

ഒരു കൊച്ചുപയ്യൻ. അഞ്ചാറു വയസ്സു കാണുമായിരിക്കും. ഏതോ സ്റ്റോപ്പിൽ നിന്നു കയറിയതാണ്. എന്റെ അടുത്തു കൂടി അവൻ കടന്നുപോയപ്പോഴാണ് അവനെ ശ്രദ്ധിക്കുന്നത്. കുട്ടിയല്ലേ, എഴുന്നേറ്റു സീറ്റു കൊടുക്കണോ എന്ന ചിന്ത എന്റെ തലയിലൂടെ ഓടാൻ തുടങ്ങിയതിനു മുൻപേ എതിർ വശത്തിരുന്ന ജന്റിൽമാൻ എഴുന്നേറ്റു കൊടുത്തു. കിട്ടിയ സീറ്റിൽ അവൻ പിടിച്ചു നിന്നു.

സ്പൈഡർമാൻ ബാഗ് തോളിലിട്ട് ഒരു മദ്ധ്യവയസ്കൻ അവന്റെയടുത്തേക്ക് ഓടിവന്ന് അവനെയെടുത്ത് സീറ്റിലിരുത്തിയിട്ട് അവന്റെ അരികിൽ നിന്നു. കാഴ്ചയിൽ ഗൗരവക്കാരനാണെന്നു തോന്നുമെങ്കിലും ഹിന്ദിയിൽ എന്തൊക്കെയോ അവനോട് ചിരിച്ചു കൊണ്ട് പറയുന്നുണ്ട്. അവന്റെയരികിൽ സീറ്റ് കിട്ടിയപ്പോൾ അയാൾക്ക് ആശ്വാസമായി.

ഗൗരവക്കാരനായ ഒരു യുവാവ് ഇൻസേർട്ട് ചെയ്ത് സ്പൈഡർമാന്റെ കുട്ടിബാഗ് തോളിലിട്ട് മെട്രോയുടെ കൈവരികളിൽ തൂങ്ങിയാടി നിൽക്കുന്നതു കണ്ടപ്പോൾ വല്ലാത്ത ആശ്ചര്യം തോന്നി. ഒരു പക്ഷേ, ഗൗരവക്കാരായ അച്ഛന്മാർ ഇങ്ങനെ ആയിരിക്കുമല്ലേ? മക്കളുടെ മുന്നിൽ ഹാസ്യപാത്രമായി അവരുടെ സന്തോഷവും ചിരിയും കാണാൻ ഇങ്ങനെ നിൽക്കാറുണ്ടായിരിക്കും അല്ലേ?

അവരിറങ്ങിയപ്പോൾ ചിന്തകൾ അവസാനിപ്പിച്ച് ഞാനുമിറങ്ങി ധൃതിയിൽ നടന്നു. എന്റെ നടത്തത്തിൽ അച്ഛന്റെ കാലൊച്ച കേൾക്കാമായിരുന്നു. വേഗം ഫോണെടുത്ത് വീട്ടിലേക്കു വിളിച്ചു. പക്ഷേ, റെയ്ഞ്ചില്ലാത്തതു കൊണ്ട് കോൾ പോയില്ല. ഞാൻ അവിടെ ഒരു കസേരയിൽ ചാരിയിരുന്നിട്ട് ഫോണിലെ നോട്ട്സിൽ ഇങ്ങനെ കുറിച്ചു. നിങ്ങൾ അവസാനിപ്പിച്ച പ്രവാസം ഞാൻ തുടങ്ങി. ഇന്നെനിക്ക് നിങ്ങളെന്ന പ്രവാസിയെ മനസ്സിലാക്കാൻ സാധിക്കുന്നുണ്ട്. "അരികിൽ നീയുണ്ടായിരുന്നെങ്കിൽ... ഒരു മാത്ര വെറുതെ നിനച്ചു പോയി."

17. മുന്തിരി

"മക്കളേ, ഇരുപതു രൂപയ്ക്ക് തക്കാളിയും പച്ചമുളകും വാങ്ങിക്കണേ. പിന്നെ ദാ ഈ അമ്പതു രൂപയ്ക്ക് ആപ്പിളോ ഓറഞ്ചോ ഇഷ്ടമുള്ളതു വാങ്ങിക്കോളൂ. പിന്നെ...ആ മരുന്നിന്റെ ചീട്ട് മറക്കല്ലേ. അത് ഒരാഴ്ചത്തേക്ക് വാങ്ങിക്കോ. പിന്നെ... ഭാവന മെഡിക്കൽസിൽ ഇല്ലെങ്കിൽ കുമാർ മെഡിക്കൽസിലും ഒന്നു കേറി നോക്കണേ. പിന്നെ... ഇതാ മരുന്നിനുള്ള അഞ്ഞൂറു രൂപ. പിന്നെ... ഈ ഇരുന്നൂറു രൂപ നിങ്ങൾക്കിഷ്ടമുള്ള, മറ്റേ ബണ്ണിനകത്ത് ഇറച്ചി വെച്ചിട്ട് എന്തോ ഇല്ലേ? അതു വാങ്ങിക്കോ. പിന്നെ... പത്തു രൂപയ്ക്ക് നാരങ്ങ കൂടി വാങ്ങിയേക്കണേ. എനിക്കിച്ചിരി നാരങ്ങ പിഴിഞ്ഞു കുടിക്കാനാ. പിന്നെ... മഴയ്ക്കു മുന്നേ ഇങ്ങു വരണേ കുട്ടികളേ."

ഇത് എല്ലാ ഞായറാഴ്ചകളിലും സാധനങ്ങൾ വാങ്ങാൻ പോകുന്നതിന്റെ തിരക്കാണ്. മുത്തശ്ശി മരുന്ന് എങ്ങനെയെങ്കിലും തീർത്തിട്ട് അടുത്ത ആഴ്ചയിലേക്കുള്ള സാധനങ്ങളുടെ വിവരപ്പട്ടിക എഴുതിത്തുടങ്ങും. ഞായറാഴ്ച ഗുളികയ്ക്കു പോകാൻ മുത്തശ്ശിയേക്കാളും ഉത്സാഹം കുട്ടികൾക്കായിരുന്നു. മരുന്ന് വാങ്ങുന്നതിനെക്കാൾ ഞങ്ങളെ ആകർഷിച്ചത് ഒരു ദിവസത്തെ സർക്കീട്ടും കൈക്കൂലിയും. മുത്തശ്ശിയുടെ ആയിരം പിന്നേയ്ക്കു ശേഷം ഞങ്ങൾ ലിസ്റ്റുമായി പുറപ്പെടും.

ഞാനും എന്റെ സഹോദരിയും കൂടിയാണ് മിക്കപ്പോഴും പോയിരുന്നത്. ഞങ്ങൾ ഭദ്രമായി പൈസ സൂക്ഷിച്ചുവെച്ചുകൊണ്ട് യാത്ര പുറപ്പെട്ടു. ചാറ്റൽമഴ വന്ന് എത്തി നോക്കി പോയതിന്റെ തെളിവുകൾ വഴിയിലുണ്ടായിരുന്നു. ഉള്ള് കാണിക്കാൻ മടിക്കുന്ന വഴിയിലെ വെള്ളക്കെട്ടുകളിലൂടെ നിസ്സംശയം എന്റെ സഹോദരി ടൂവീലർ കയറ്റിയിറക്കി വല്ലവിധേനയും റോഡുകൾ മുറിച്ചു കടന്ന് അപ്പുറത്തെ പ്രധാന പാതയിലെത്തി. കൂകി വിളിച്ച് സഹയാത്രക്കാരെ ഞെട്ടിക്കുന്നതിൽ ആനന്ദം കണ്ടെത്തി

ഞങ്ങൾ ഇരുവരും യാത്ര തുടർന്നു.

ഇതെല്ലാം നോക്കിക്കൊണ്ടിരുന്ന ഇരുണ്ട മേഘങ്ങൾക്ക് ഇത് ഒട്ടും ബോധിച്ചില്ല. അവ മുഴുവൻ കോപവുമെടുത്ത് ആഞ്ഞു തുപ്പാൻ തുടങ്ങി. ആ കനത്ത മഴയിൽ ഞങ്ങൾക്കു മുന്നിലുള്ള വഴികളെല്ലാം അദൃശ്യമായി. ചേച്ചി വഴിയോര കടയിലേക്ക് വണ്ടിയൊതുക്കി. മഴ തീരുന്നതു വരെ അവിടെ നിൽക്കാൻ തീരുമാനിച്ചു. കുറച്ചുനേരം കഴിഞ്ഞപ്പോൾ കോപാകുലനായ മേഘം ഞങ്ങളെ കാണാത്തതു കൊണ്ടാവണം നിരാശയോടെ മടങ്ങിപ്പോയി. ഒരു തരത്തിൽ ഞങ്ങൾ കാണിച്ചത് തെറ്റല്ലേ? പൊതു വഴികളിലും പൊതുസ്ഥലങ്ങളിലും പാലിക്കേണ്ട മര്യാദ പാലിച്ചിരുന്നെങ്കിൽ മേഘം ഇങ്ങനെ കോപിക്കില്ലായിരുന്നു. നമ്മുടെ പെരുമാറ്റങ്ങൾ ഒരിക്കലും സഹയാത്രികരെ ബുദ്ധിമുട്ടിക്കുന്ന തരത്തിലാകരുത് എന്നൊക്കെ ഞങ്ങൾക്കറിയാമെങ്കിലും ചില സന്തോഷ നിമിഷങ്ങളിൽ സ്വയം മറന്ന് ആഹ്ലാദിച്ചു പോകുമല്ലോ.

പിന്നീടുള്ള യാത്ര വളരെ പതുക്കെയായിരുന്നു. തെന്നിക്കിടക്കുന്ന റോഡിലൂടെ ലൈസൻസില്ലാത്ത ഞങ്ങൾ പേടിച്ച് ആദ്യത്തെ ലക്ഷ്യസ്ഥാനമായ ഭാവന മെഡിക്കൽസിലേക്കു ചെന്നു. മരുന്നിന്റെ ചീട്ടു കൊടുത്തിട്ട് കാത്തു നിന്നു. രണ്ടു മരുന്നൊഴികെ ബാക്കിയെല്ലാം കിട്ടി. പിന്നെ മുത്തശ്ശിയുടെ നിർദ്ദേശപ്രകാരമുള്ള കുമാർ മെഡിക്കൽസിലും കയറിയിറങ്ങിയപ്പോഴേക്കും മരുന്നുകളുടെ എണ്ണം പൂർത്തിയായി.

പിന്നെ ഞങ്ങൾ പോയത് പഴക്കടയിലേക്കാണ്. വഴിയുടെ ഓരം പിടിച്ചു പോകുമ്പോൾ സമാധാനത്തിന്റെ നേർത്ത കാറ്റ് ഞങ്ങളെ തട്ടി, തട്ടിയില്ല എന്ന രീതിയിൽ കബളിപ്പിച്ചു കൊണ്ടിരുന്നു. തുടർന്ന്, തണുത്ത കാറ്റും മഴയും വെയിലും സംഗമിക്കുന്ന ഒരു അപൂർവ്വ നിമിഷം. ഇതു കണ്ടിട്ട് ചേച്ചി പറഞ്ഞു, "ഇന്ന് കുറുക്കന്റേം കോഴിയുടെയും കല്യാണമാണ്. ഈ സമയത്ത് എന്ത് ആഗ്രഹിക്കുന്നുവോ അത് ശരിക്കും നടക്കും." ഇതൊക്കെ അക്ഷരംപ്രതി വിഴുങ്ങി മനസ്സിൽ ഞാനൊരു കുറ്റിക്കാട് ഒരുക്കും.

കുറ്റിക്കാടെന്നു പറയുമ്പോൾ രണ്ടു മൂന്ന് ആൽമരവും കുറ്റിപ്പുല്ലുകളും നാലഞ്ചു മുള മരങ്ങളും വെച്ച് ഞാനെന്റെ മനസ്സിൽ വിവാഹവേദിയൊരുക്കും. വധുവായ കോഴിയെയും വരനായ കുറുക്കനെയും പന്തലിൽ നിരത്തി നിർത്തും. എതിർക്ക

പ്പെടുന്ന കല്യാണമായതു കൊണ്ട് ചെക്കൻ വീട്ടുകാരും പെണ്ണു വീട്ടുകാരും വിവാഹത്തിൽ പങ്കെടുക്കുകയില്ല. മരച്ചീനിയില യിൽ തീർത്ത രണ്ടു വരണമാല്യം പരസ്പരം കൈമാറിക്കൊണ്ട് ആജന്മ ശത്രുക്കളെന്നു ചരിത്രപരമായി എഴുതി വെച്ച രണ്ടു കുലങ്ങൾ ഒന്നാകുന്ന നന്മയേറിയ അസുലഭ നിമിഷം പൂർത്തി യാക്കും.

ചിന്തകളുമായി മുന്നോട്ടു പോയിക്കൊണ്ടിരുന്നപ്പോളാണ് ചെറിയ പഴക്കട കണ്ടത്. ടാർപ്പയിൽ വലിച്ചു കെട്ടിയ ചെറിയ കട. അതിനു മുന്നിലായി പലനിറത്തിലുള്ള പഴവർഗ്ഗങ്ങൾ നിര ത്തി വെച്ചിരിക്കുന്നു. കൂട്ടത്തിൽ മാതളവും ഓറഞ്ചും ഉണ്ടെങ്കി ലും ഞങ്ങൾ കണ്ടില്ലെന്നു നടിച്ച് വേറെ പഴങ്ങൾ തിരയാൻ തു ടങ്ങി. ഒരു കിലോ ആപ്പിളും ഒരു ബത്തക്കയും ഒരു കിലോ പഴ വുമെടുത്തു. കടയുടമ ഞങ്ങളെക്കൊണ്ട് പരമാവധി സാധന ങ്ങൾ വാങ്ങിക്കാൻ ശ്രമിച്ചെങ്കിലും ഞങ്ങൾ വഴങ്ങിയില്ല.

ഞങ്ങളുടെ നീണ്ട സംസാരത്തിനിടയിലേക്ക് അപ്രതീക്ഷി തമായി ഒരു അതിഥി കടന്നുവന്നു. നരച്ച നീണ്ട മുടിയും താടി യുമൊക്കെയായ ഒരു രൂപം. അയാളുടെ മുടിയിലാകെ ജഡ കു ത്തിയിരിക്കുന്നു. അയാളുടെ കണ്ണുകൾ ഇടവിട്ട് ഇമ വെട്ടിക്കൊ ണ്ടിരുന്നു. പകയുടെയും നിസ്സഹായതയുടെയും സങ്കലനങ്ങൾ അയാൾ കൺപോളകൾ കൊണ്ട് മറയ്ക്കാൻ ശ്രമിച്ചു. കറങ്ങി ത്തിരിഞ്ഞു വന്ന വൃദ്ധനിൽ വാത്സല്യഭാവം അലയടിച്ചു. വാത്സ ല്യം നിറഞ്ഞ നോട്ടത്തിൽ അയാളുടെ ബട്ടൺ പൊട്ടിയ കാക്കി ഉടുപ്പിനെയും കറകൾ പുരണ്ട കള്ളിമുണ്ടിനെയും ശ്രദ്ധിക്കാ തെ ഞങ്ങൾ അയാളെത്തന്നെ നോക്കി ഒരു നിമിഷം സ്തംഭി ച്ചു നിന്നു പോയി.

പരസ്പര ബന്ധമില്ലാതെ എന്തൊക്കെയോ പറഞ്ഞു കൊ ണ്ടിരുന്ന അയാളുടെ കണ്ണുകൾ മുന്തിരിക്കുലകളിൽ ഉടക്കി. കണ്ട പാടേ കണ്ണുകൾ മഴ കണ്ട തവളയെ പോലെ തിളങ്ങി. വിശപ്പിന്റെ സ്ഥായീ ഭാവങ്ങൾ അയാളിൽ മിന്നിമറഞ്ഞു. ജീവി തത്തിലെ മഹത്തായ നിധി കണ്ടുപിടിച്ച സന്തോഷം പോലെ അയാൾ പൊട്ടിച്ചിരിച്ചു.

ജീവിതത്തിലെ ഏറ്റവും വലിയ നിധി മുടങ്ങാതെ കിട്ടുന്ന ഭക്ഷണം തന്നെയല്ലേ? ഒരുവന് വിശപ്പില്ലെങ്കിൽ ജീവിതം എന്താ കുമെന്നു ചിന്തിച്ചിട്ടുണ്ടോ? അലസന്മാരായിപ്പോകുന്ന ഏതോ പ്രാകൃത സമൂഹമാകും. സന്തോഷത്തിലും ഒഴിച്ചുകൂടാൻ പറ്റാ

ത്ത വികാരമല്ലേ ഭക്ഷണം?

കടയുടമയോട് അയാൾ ചോദിച്ചു, "ഒരു മുന്തിരി തരുമോ?" അതു കേട്ടപ്പോൾ ഞങ്ങൾ വീണ്ടും അയാളിലേക്കു തിരിഞ്ഞു. കടയുടമ പറഞ്ഞു, "ശ്ശെ, ഇറങ്ങിപ്പോടോ, ഇവിടെ മുന്തിരിയൊന്നുമില്ല, പൊയ്ക്കോ."

കടയുടമയെ എന്തോ പറഞ്ഞ് അയാൾ നടന്നു പോയി.

"ഒരു മുന്തിരിയല്ലേ ചോദിച്ചുള്ളു. നിങ്ങൾക്ക് അത് കൊടുക്കാമായിരുന്നില്ലേ? വിശന്നിട്ടാകും, പാവം." എന്റെ സഹോദരി കടയുടമയോടു പറഞ്ഞു. അയാൾ തമാശ രൂപേണ പറഞ്ഞു, "ഇതിപ്പോൾ ഇവിടത്തെ സ്ഥിരം പരിപാടിയാ. കുറേ ഭിക്ഷക്കാർ ഇറങ്ങും. ഇവർക്കൊന്നും കൊടുക്കരുത്."

അയാളോട് തർക്കിച്ചിട്ട് കാര്യമില്ലെന്ന് എന്റെ സഹോദരിക്കു മനസ്സിലായി. സംഭാഷണങ്ങൾ അവസാനിപ്പിച്ചു കൊണ്ട് ചേച്ചി കടയുടമയോടു പറഞ്ഞു, "കാൽ കിലോ മുന്തിരി കൂടി." അയാൾ പറഞ്ഞു "കാൽ കിലോ എന്ന കണക്ക് ഇവിടെയില്ല. എന്തിനാ? അയാൾക്കു കൊടുക്കാനാണോ?"

"എന്നാൽ അരക്കിലോ എടുക്ക്" ചേച്ചി മറുപടി പറഞ്ഞു. അരക്കിലോ കവറിലാക്കിയപ്പോൾ കൈയിലുള്ള പത്തു രൂപാ നോട്ടിന്റെ എണ്ണം അത്രയും പോരായിരുന്നു. പിന്നെ ഞങ്ങളെടുത്ത ബത്തക്ക തിരിച്ചു കൊടുക്കേണ്ടി വന്നു. ചേച്ചിക്ക് ഇഷ്ടപ്പെട്ട ബത്തക്ക തിരികെ കൊടുത്തത് എന്തിനാണെന്ന് എനിക്കു മനസ്സിലായില്ല.

ഞങ്ങൾ കടയിൽ നിന്ന് യാത്ര തുടർന്നു. ചേച്ചി പോയത് ആ ഭിക്ഷക്കാരന്റെ പിന്നാലെ ആയിരുന്നു. അവിടെ എവിടെയെങ്കിലും അയാളെ കാണുന്നുണ്ടോ എന്നു ഞങ്ങൾ നോക്കി നോക്കിപ്പോയി. റോഡിന്റെ അറ്റത്ത് മതിലിനോടു ചേർന്ന് അയാൾ ഇരിക്കുന്നത് ശ്രദ്ധയിൽ പെട്ടു. അയാളെ കണ്ടപ്പോൾ ചേച്ചി വണ്ടി അവിടെ നിർത്തി. എന്റെ കൈയിലുള്ള മുന്തിരി അയാൾക്കു കൊടുക്കാൻ ആവശ്യപ്പെട്ടു.

തെല്ല് പരിഭ്രമത്തോടെ മുന്തിരിക്കവറുമായി ഞാൻ അയാളുടെ അടുത്തേക്കു ചെന്ന് അയാൾക്കു നേരെ നീട്ടി. അയാൾ പെട്ടെന്ന് താഴെ കിടന്ന ഒരു കല്ലെടുത്ത് എന്നെ എറിയാൻ ഊങ്ങിയിട്ട് പോ എന്നലറി. ഞാൻ പേടിച്ച് തിരികെ ചേച്ചിയുടെ അടുത്തേക്ക് ഓടിപ്പോയി. ഞങ്ങൾ അവിടെ കുറച്ചുനേരം ശങ്കിച്ചു നിന്നു. ചേച്ചി ആ കവർ അയാൾ കാൺകെ കുറച്ചു

മാറി കൊണ്ടു വെച്ചു. പിന്നെ ഞങ്ങൾ അടുത്ത സ്ഥലത്തേക്കു പോയി.

കേവലം എട്ടാം ക്ലാസ്സിൽ പഠിക്കുന്ന ചേച്ചിക്ക് ഇത്രയും ബോധമുണ്ടെന്ന് മനസ്സിലായി. ജീവിതത്തിൽ ആദ്യമായി സ്വയം മനസ്സിലാക്കി നന്മ ചെയ്തെന്ന് ബോധ്യമായി. അഞ്ചാം ക്ലാസ്സു കാരിയായ ഞാൻ ജീവിതത്തിലെ ഏറ്റവും അടിസ്ഥാനപരമായ പാഠം എന്റെ ചേച്ചിയിൽ നിന്നു പഠിച്ചു. പാഠം ഒന്ന് നന്മ.

18. അവൾ അറിഞ്ഞിരുന്നില്ല

മഞ്ഞക്കയറും കമ്പും കോലും കൊണ്ട് അടയാളപ്പെടുത്തിയ അടിവാരത്തിന്റെ നീണ്ട കുഴിയിൽ ആദ്യത്തെ കല്ല് അവൻ തന്നെ വെയ്ക്കണമെന്നായിരുന്നു കൂടി നിന്നവരുടെ വാശി. രണ്ടാൾക്ക് കഷ്ടിച്ചു കാലു വെയ്ക്കാൻ മാത്രം വിസ്തൃതിയുള്ള കുഴിയിലേക്ക് മേശരി ശ്രദ്ധയോടെ അവന്റെ കൈകളിൽ പിടിച്ച് ഇറക്കി നിർത്തി. അയാളോടൊപ്പം അവനും വലിയ കല്ല് താങ്ങി അതിലേക്കു വെച്ചു. നാളിതു വരെ അവനോടൊപ്പം എല്ലാം ചെയ്ത അവളെ ഇവിടെ മാത്രം എന്തിനു മാറ്റി നിർത്തി എന്ന ചിന്തയായി.

കുഞ്ഞെത്സയുടെ ഉള്ളിലൊരു വെള്ളിടി വെട്ടി. ഇടിയുടെ ആഘാതത്തിലുള്ള ഒച്ച അവിടെ മന്ത്രം ചൊല്ലിക്കൊണ്ടിരുന്ന പുരോഹിതന്റെ ചെവിയുടെ അറ്റത്തു കൂടി കൽപ്പണിക്കാരെ തട്ടിത്തെറിപ്പിച്ച് കാരണവരുടെ ചെവിയിലൂടെ ചിതറി വീണു.

"എന്താ ഞാൻ കല്ലിട്ടാൽ?" അവൾ ചോദിച്ചു.

തന്റെ കുഞ്ഞിന്റെ മൂല്യമുള്ള സംശയം കൂടി നിന്നവരിൽ ചിരിയുണർത്തി. പണിക്കാരൻ മോഹനൻ കുഞ്ഞെത്സയുടെ ചുമലിൽ തട്ടി അവളുടെ ധൈര്യത്തെ അഭിനന്ദിച്ചു. "ആഹാ! കൊച്ചു കൊള്ളാലോ. ഈ വീട് ഇവനുള്ളതല്ലേ? ഇവനല്ലേ ഈ വീട്ടിൽ ജീവിക്കേണ്ടത്?"

"ങേഹ്! അപ്പോൾ ഞാനെവിടെ പോകും? ഇതെന്റെ വീടാ." എത്സ അയാൾക്കിട്ടൊരു മനക്കോട്ടി കാണിച്ചു. അവൾക്ക് ആശ്വാസമായി കുഴിയിൽ നിന്നുകൊണ്ട് മേസ്തിരി പറഞ്ഞു, "മോളേ, ഇതിന്റെ വിസ്തീർണ്ണം കണ്ടോ? രണ്ടാൾക്ക് ഇതിൽ നിൽക്കാൻ പ്രയാസമാ. ഇല്ലെങ്കിൽ രണ്ടുപേരെക്കൊണ്ടും കല്ലിടീക്കാമായിരുന്നു."

എത്സ ആശ്വാസത്തോടെ ചടങ്ങു നോക്കി നിന്നു.

അവളുടെ ശൂന്യമായ കണ്ണുകൾ ഇമവെട്ടാതെ കാഴ്ചകൾ

ഒപ്പിയെടുത്തു. മേരിയമ്മ ട്രേയിൽ ചായയും പലഹാരങ്ങളുമായി വന്നു. "ദേ എല്ലാവരും വായോ, ഇനി കഴിച്ചോണ്ടു തുടങ്ങാം. ജിലേബിയിൽ കണ്ണുടക്കിയ എത്സ പഞ്ചസാര ഭരണിയുടെ പിന്നിൽ ഒളിച്ചിരിക്കുന്ന ചോനലുറുമ്പായി മാറി. തന്റെ തക്കത്തിനായി അവൾ കാത്തു നിന്നു. കുഞ്ഞെൽദോ തിന്നാൻ തുടങ്ങി. ഓരോ ദിവസം കഴിയുംതോറും ഇബ്രാഹിമിന്റെ വീടിന്റെ പണി പുരോഗമിച്ചു. ട്രേയിലെ പലഹാരങ്ങൾ മാറി മാറി മുറ്റത്തെത്തി.

കുടുംബക്കാർ ഓരോരുത്തരായി വന്ന് അഭിപ്രായങ്ങൾ പറയാൻ തുടങ്ങി. മുറികൾക്ക് പിസ്തപച്ച മതിയെന്ന് ഒരു കൂട്ടർ. വെള്ള മതിയെന്ന് മറ്റൊരു കൂട്ടർ. മറ്റു ചിലർക്ക് നീല. സഹികെട്ട് ഇബ്രാഹിം പറഞ്ഞു, "അവരവരുടെ മുറികളുടെ നിറങ്ങൾ അവരവർ തന്നെ തീരുമാനിക്കുക. തർക്കം വേണ്ട." അങ്ങനെ ചില മുറികൾക്ക് പിങ്കും നീലയും ചോക്ലേറ്റുമൊക്കെ ഉറപ്പിച്ചു.

എൽദോയുടെയും എത്സയുടെയും ഊഴമെത്തി. എൽദോ പറഞ്ഞു," എനിക്കു നീല മതി," എത്സ പറഞ്ഞു, എനിക്ക് ലാവൻഡർ മതി."

കൂടി നിന്നവർ ചിരിച്ചു. "ലാവെൻഡറോ? അതെന്തു നിറം?" എത്സ വേഗം പോയി തന്റെ പുസ്തകമെടുത്ത് അതിലെ നിറം ചൂണ്ടിക്കാണിച്ചു.

"കണ്ടോ ഇപ്പോൾ എല്ലാവരും അടിക്കുന്നത് ഈ നിറമാ."

"മോളേ, ഇതടിച്ചാൽ വീട്ടിൽ പ്രകാശം കുറവായിരിക്കും."

ആ മുറിയും നീലയടിച്ചു. പക്ഷേ ആ നിറത്തിനു പ്രകാശമില്ല. എത്സയുടെ കണ്ണുകൾ ഇമവെട്ടാതിരുന്നു.

സന്ധ്യാനേരത്ത് കൊന്ത ചൊല്ലുന്ന മേരിയുടെ അടുക്കലേക്ക് എത്സ ചെന്ന് ചാരിയിരുന്നു. മേരി ദുപ്പട്ടയുടെ കോന്തല കൊണ്ട് ശിരസ്സു മറച്ച് ജപിച്ചു കൊണ്ടിരുന്നു. എത്സ മേരിയുടെ കാൽപ്പാദത്തിന് അരികിലിരുന്നു കൊണ്ട് ശ്രദ്ധ പിടിച്ചുപറ്റാൻ ശ്രമിച്ചു കൊണ്ടിരുന്നു. ജപം തീർന്നപ്പോൾ മേരി ചോദിച്ചു,

"കുഞ്ഞിനെന്തോ പറയാനുണ്ടല്ലോ?പറയൂ...

"മമ്മീ, ഇവിടെ മമ്മിയുടെ വീടേതാ?"

"അത് നമ്മുടെ അപ്പുപ്പന്റടുത്ത് "

"ങേ! അത് അപ്പുപ്പന്റെയല്ലേ?"

"ഹാ... എന്നാ ദാ ഈ വീട്"

മേരി അല്പം ബുദ്ധിമുട്ടിയെങ്കിലും മറുപടി കൊടുത്തു.

എത്സ ചോദിച്ചു, "ഇത് അപ്പന്റെ വീടല്ലേ? ഭാവിയിൽ

ഇത് എൽദോയുടെ വീടാകും. അപ്പോൾ മമ്മിയുടെ വീടേതാ? അപ്പോൾ പെൺകുട്ടികൾക്ക് വീടില്ലേ?" എന്റെ വീടേതാ?"

എത്സ മേരിയെ കുഴപ്പത്തിലാക്കി. അന്നത്തെ ഉറക്കം കെടാൻ മേരിക്ക് അത്രയും മതിയായിരുന്നു.

എത്സ മനസ്സിൽ പറഞ്ഞു,

പെൺകുട്ടികൾ വീടില്ലാത്തവരാണ്. അതു പാടില്ല. എനിക്ക് സ്വന്തമായി ഒരു വീടു വേണം.